ഗബ്രിയേൽ ഗാർസ്യ മാർക്കേസു മുതൽ
കേളുചരൺ മഹാപത്രവരെ

അടൂർ ഗോപാലകൃഷ്ണൻ
എം.എ.ബേബി

തയ്യാറാക്കിയത്
വി.ഡി. ശെൽവരാജ്

ഗ്രീൻ ബുക്സ്

green books private limited
little road, ayyanthole, thrissur- 680 003
ph: 0487-2361038
website: www.greenbooksindia.com
e-mail: info@greenbooksindia.com

(malayalam)
gabriel garcia marquez muthal
kelucharan mahapathra vare
adoor gopalakrishnan
m.a. baby
(travel)

compiled by
v.d.selvaraj

first published january 2013

cover design & layout: rajesh chalode
photos: ashokan karakulam

branches:
thrissur 0487-2422515
palakkad 0491-2546162
kannur 0497-2763038

isbn : 978-81-8423-224-0

GBPL/471/2013

ഗ്രീൻ ബുക്സ്

ഗബ്രിയേൽ ഗാർസ്യ മാർക്കേസു മുതൽ കേളുചരൺ മഹാപത്രവരെ

അടൂർ ഗോപാലകൃഷ്ണൻ

എം.എ.ബേബി

തയ്യാറാക്കിയത്:

വി.ഡി. ശെൽവരാജ്

പത്രപ്രവർത്തകൻ.
ഇപ്പോൾ കലാകൗമുദി വാരികയിൽ
ഡെപ്യൂട്ടി എഡിറ്റർ.

വിലാസം: *കലാകൗമുദി, കൗമുദി ഗാർഡൻസ്,*
കുമാരപുരം, തിരുവനന്തപുരം - 11

മുഖക്കുറി

രണ്ട് വ്യത്യസ്ത മേഖലകളിലെ
പുകൾപെറ്റവർ തമ്മിലുള്ള സംഭാഷണം.
ഈ സംഭാഷണം യാത്രയും വിസ്തൃതമായ
വായനാനുഭവങ്ങളും ആഴത്തിലുള്ള
സാംസ്കാരിക വിനിമയവും നിറഞ്ഞതാണ്.
അതു തന്നെയാണ് ഈ പുസ്തകത്തിന്റെ കാതൽ.
അടൂർ ഗോപാലകൃഷ്ണൻ സിനിമാരംഗത്ത്
വിശ്വവിസ്മയ സാന്നിദ്ധ്യമാകുമ്പോൾ
എം.എ. ബേബി രാഷ്ട്രീയവും സാംസ്കാരികവുമായ
മാനങ്ങളിലൂടെ യാത്ര ചെയ്യുന്ന മറ്റൊരു
അവിസ്മരണീയ സാന്നിദ്ധ്യവുമായി മാറുന്നു.
ഇവർ തമ്മിലുള്ള സംഭാഷണം മാനങ്ങൾ തേടുന്ന
അനുഭവമായിത്തീരുന്നു. പൗലോ കൊയ്‌ലോയും
ബ്രഹ്തും മാർക്കേസും മാത്രമല്ല, കേളുചരൺ
മഹാപത്രയും മറ്റനേകം വിശ്വപ്രസിദ്ധരായ
കലാവ്യക്തിത്വങ്ങളും ഈ ഭാഷണത്തിൽ
കടന്നുവരുന്നു. താളുകളിൽ ഒതുങ്ങാത്ത വലിയ
അനുഭവലോകമായിത്തീരുന്ന ഈ പുസ്തകത്തെ
അവിസ്മരണീയമാക്കിയത് ശെൽവരാജ് എന്ന
മറ്റൊരു പുകൾപെറ്റ പത്രപ്രവർത്തകനാണ്.

കൃഷ്ണദാസ്
മാനേജിങ് എഡിറ്റർ

“**ലോ**കമേ നീ എന്റെ കൂടെ ഓടേണ്ട. നിനക്ക് എന്നെ പിടിക്കാൻ സാദ്ധ്യമല്ല.”

അടൂർ ഗോപാലകൃഷ്ണൻ ആ ഡയലോഗ് ആവർത്തിക്കുമ്പോൾ 60 വർഷം മുമ്പത്തെ നിറഞ്ഞ കൈയടി ഒരിക്കൽക്കൂടി കേട്ടോ?

അടൂരിലെ തുവയൂർ വടക്ക് ഗവ. എൽ.പി. സ്കൂളിന് മുന്നിൽ നിൽക്കുകയാണ് അടൂർ ഗോപാലകൃഷ്ണൻ. തൊട്ടരികെ എം.എ. ബേബി. ഞായർ വന്നണഞ്ഞ നിശ്ശബ്ദതയിലായിരുന്നു സ്കൂൾ. അടഞ്ഞ ഗേറ്റിനു മുന്നിൽ നിന്ന് ബേബിയെ നോക്കി ഡയലോഗ് പറയുമ്പോൾ നാലാം ക്ളാസിലെ കുട്ടിയായി അടൂർ. ആദ്യമായി

നാടകത്തിൽ അഭിനയിക്കുകയാണ്. അന്ന് അടൂർ ഗോപാലകൃഷ്ണനല്ല. അടൂർ മൗട്ടത്ത് ഗൗരിക്കുഞ്ഞമ്മയുടെയും റേഞ്ചർ മാധവൻ ഉണ്ണിത്താന്റെയും ഏഴുമക്കളിൽ ആറാമനായ മൗട്ടത്ത് ഗോപാലകൃഷ്ണൻ ഉണ്ണിത്താനാണ്.

വീടിനു തൊട്ടടുത്താണ് സ്കൂൾ. വീടെന്നു പറഞ്ഞാൽ അടൂരിലെ തുവയൂർ കണിയാരേത്ത് വീട്. ജനിച്ചത് പള്ളിക്കൽ മേടയിൽ തറവാട്ടിലായിരുന്നെങ്കിലും വളർന്നത് ഇവിടെയായിരുന്നു. ഇനി ഒരു വീടുകൂടി അടൂരിന്റെ പേരിനൊപ്പമുണ്ട് മൗട്ടത്ത്. പടികടന്നെത്തിയ വീടുകളുടെ കഥ അടൂരിലേക്കുള്ള യാത്രയിൽ കഥാപുരുഷൻ തന്നെ ബേബിയോടു പറഞ്ഞു.

മൗട്ടത്തു വീട്ടുകാർ മുൻകൈയെടുത്തു തുടങ്ങിയ വിദ്യാലയമാണ്. തുടക്കത്തിൽ അത് കോട്ടറ ഹിന്ദു മിഷൻ സ്കൂളായിരുന്നു. പിന്നീട് സർക്കാരിന് വിട്ടുകൊടുത്തതോടെ തുവയൂർ വടക്ക് ഗവ. എൽ.പി. സ്കൂളായി.

സ്കൂളിലെ മലയാളം അദ്ധ്യാപകൻ ഗോപാലപിള്ള സാർ എഴുതിയ നാടകത്തിലെ ഡയലോഗാണ് മുമ്പേ പറഞ്ഞത്.

അക്കാലത്ത് സ്കൂളിലെ വലിയ ചടങ്ങായിരുന്നു തിരുനാൾ ആഘോഷം.' ചിത്തിര തിരുനാളിന്റെ ജന്മദിനമാണത്. അതിന്റെ ഭാഗമായി ഘോഷയാത്രയും കലാപരിപാടികളുമുണ്ട്. അങ്ങനെ ഒരു തിരുനാളിനായിരുന്നു നാടകം അവതരിപ്പിച്ചത്. ശ്രീബുദ്ധൻ കൊട്ടാരത്തിൽ നിന്നും ഭാര്യയെയും കുഞ്ഞിനെയും ഉപേക്ഷിച്ച് സത്യം അന്വേഷിച്ച് പോകുന്നതായിരുന്നു കഥ. ആ നാടകത്തിൽ ശ്രീബുദ്ധൻ കൊട്ടാരത്തിൽ കഴിയുന്നതു മുതൽ എല്ലാം ഉപേക്ഷിച്ചു പോകുന്നതുവരെ അഭിനയിക്കേണ്ടത് ഞാനാണ്. എന്നെ എന്തുകൊണ്ട് ആ വേഷത്തിനായി തിരഞ്ഞെടുത്തു എന്ന് ഗോപാലപിള്ളസാറിനേ അറിയൂ. നാടകത്തിന്റെ റിഹേഴ്സൽ തുടങ്ങിയപ്പോൾ അണിയറയിൽ മറ്റൊരു നാടകം അരങ്ങേറി. എന്റെ പ്രായത്തിലുള്ള ഒരു കസിനും സ്കൂളിലുണ്ടായിരുന്നു. തനിക്കും അഭിനയിക്കാൻ താത്പര്യമുണ്ടെന്ന് അവൻ വീട്ടിൽ ചെന്നു പറഞ്ഞു. സാറന്മാരുമായി നല്ല ബന്ധമാണ് ഞങ്ങളുടെ വീട്ടുകാർക്ക്. അപ്പോൾ ഒഴിയാൻ പറ്റില്ല. അങ്ങനെ ഗോപാലപിള്ള അയാളെയും നാടകത്തിലെടുത്തു. എന്താണ് സംഭവിച്ചതെന്നു വച്ചാൽ എന്റെ വേഷം രണ്ടാക്കി. ശ്രീബുദ്ധൻ സകല സൗഭാഗ്യങ്ങളോടും കൂടി കൊട്ടാരത്തിൽ രാജകുമാരനായി വിലസുന്ന വേഷം അയാൾക്ക്. അത് വളരെ നിറപ്പകിട്ടുള്ള വേഷമാണ്. അതു മോഹിച്ചാണ് ഞാനിരുന്നത്. ഒടുവിൽ എല്ലാം ഉപേക്ഷിച്ച് പരിത്യാഗിയായി പോകുന്ന വേഷം എനിക്കും! അതു വലിയ വിഷമമുണ്ടാക്കി. ആയിടയ്ക്കാണ് എന്റെ മൂത്ത ചേച്ചി സുകുമാരി ഒരു ജോടി ഷൂസും ഉടുപ്പും വാങ്ങിത്തന്നത്. ഇതെല്ലാമിട്ട് വിലസാമെന്നു കരുതിയിരിക്കുമ്പോഴാണ് നാടകത്തിന്റ ആന്റി ക്ളൈമാക്സ്!

വർഷങ്ങൾക്കുശേഷം ഈ സംഭവം ഒരു പുസ്തകത്തിനുവേണ്ടി എന്റെ കസിൻ സിസ്റ്റർ ഓർത്തു പറഞ്ഞിരുന്നു. സംഭാഷണം വളരെ കൃത്യമായി ഉദ്ധരിച്ചുകൊണ്ട് ചേച്ചി സംസാരിച്ചത് എന്നെ അദ്ഭുതപ്പെടുത്തി. അതിനർത്ഥം കൊച്ചുകുട്ടിയാണെങ്കിലും എന്റെ പറച്ചിൽ നാലാളുടെ ഉള്ളിലെവിടെയോ സ്പർശിച്ചു എന്നാണ്.

ആ സമയത്ത് മുതുകുളം രാഘവൻപിള്ള എഴുതി അഭിനയിച്ച യാചകി എന്നൊരു നാടകം അടൂരിൽ കളിക്കുന്നുണ്ടായിരുന്നു. വൈക്കം വാസുദേവൻനായരായിരുന്നു

നായകൻ. ഭാര്യ തങ്കം വാസുദേവൻനായർ, നായിക. തങ്കത്തിന്റെ സഹോദരി ആറന്മുള പൊന്നമ്മയും ആ നാടകത്തിലുണ്ടായിരുന്നു. അന്ന് സ്ഥലത്ത് ഒരു നാടകം വരുന്നു എന്നു പറഞ്ഞാൽ വലിയ സംഭവമാണ്. ആദ്യം കൊട്ടക കെട്ടും. സ്ഥലത്തെ പ്രമാണിമാർ ചേർന്നാണ് ആ ജോലി ഏറ്റെടുക്കുന്നത്. കൊട്ടക സ്ഥിരം തിയേറ്റർ അല്ലെങ്കിലും കാണികൾ ഉള്ളിടത്തോളം നാടകം തുടർച്ചയായി കളിക്കും. വൈക്കം വാസുദേവൻ നായർ നല്ല ഭാഗവതരുമായിരുന്നു. അഭിനയത്തിനൊപ്പം ഹാർമോണിയം വായിച്ച് ഉഗ്രനായങ്ങ് പാടും. പാട്ടുതീരുമ്പോൾ കാണികളുടെ വൺസ് മോർ' വിളികൾ ഉയരും.

യാചകിയുടെ പ്രചോദനത്തിൽ ഞാനൊരു നാടകം എഴുതി - കപട യോഗി. ഞാൻ എഴുതുന്ന ആദ്യനാടകമാണത്. അത് തറവാട്ടിൽ തന്നെ അരങ്ങേറി. തറവാട്ടിൽ മുതിർന്ന കുടുംബാംഗങ്ങളുടെ പിറന്നാളിനും മറ്റു വിശേഷാവസരങ്ങളിലും കഥകളി അവതരിപ്പിക്കാറുണ്ട്. അതു പോലെ ഞാനടക്കമുള്ള കുട്ടികളുടെ നാടകവും അവതരിപ്പിക്കും. വിശേഷാവസരങ്ങളിൽ അതൊരു പതിവായി. ബന്ധുക്കളെയെല്ലാം അതിനു ക്ഷണിക്കും. പിള്ളാരുടേതാണെന്നു കരുതി ആരും വരാതിരി ക്കില്ല. അത്രയ്ക്ക് സ്വീകാര്യതയായിരുന്നു ഞങ്ങളുടെ ട്രൂപ്പിന്.

പ്രൈമറിയിലൊക്കെ നാടകം കളിച്ചുനടക്കുന്ന കാലത്ത് എന്റെ ജീവിതം സുഖകരമായിരുന്നു. കാരണം ഞാൻ പഠിക്കില്ലെന്ന് വീട്ടു കാരെല്ലാം തീരുമാനിച്ചിരുന്നു. പഠിക്കാൻ ഞാൻ മണ്ടനായിരുന്നു. പിൽ ക്കാലത്ത് ആലോചിച്ചപ്പോഴാണ് അതിന്റെ ആവശ്യം എനിക്കു പിടികിട്ടി യത്. എന്റെ ജ്യേഷ്ഠനും അനുജനും നന്നായി പഠിക്കുമായിരുന്നു. ഞാൻ നടുക്കുള്ള ആൺകുട്ടിയാണ്. മൂത്തവർ ചേച്ചിമാരാണ്. മൂന്ന് ആൺ മക്കൾക്കിടയിലെ മണ്ടനായിരുന്നു ഞാൻ. മണ്ടനിൽ നിന്ന് ആരും ഒന്നും പ്രതീക്ഷിക്കില്ലല്ലോ. മിടുക്കനോടല്ലേ മാർക്ക് ചോദിക്കൂ. കുറച്ചുകൂടി മാർക്ക് വാങ്ങരുതോ എന്നും മിടുക്കനോടു മാത്രമേ ഉപദേശിക്കൂ. അങ്ങനെ മിടുക്കന് ഉത്തരവാദിത്വങ്ങൾ കൂടും. മണ്ടന്റെ ജീവിതം വളരെ സുഖകരമാണ്!

നാലാംക്ളാസ്സൊക്കെ ഞാൻ പാസ്സായത് എന്റെ മിടുക്കുകൊണ്ടൊന്നു മല്ല. ഹെഡ്മാസ്റ്ററുമായി നല്ല ബന്ധമായിരുന്നു വീട്ടുകാർക്ക്. അങ്ങനെ ജയിപ്പിച്ചതാകണം!

കഥകളങ്ങനെ തുടരുമ്പോൾ അടൂരിനെയും ബേബിയെയും കണ്ട് നാട്ടുകാർ ചുറ്റുംകൂടി. പലരും കുശലം പറഞ്ഞു, പരിചയം പുതുക്കി. അവരിലൊരു കുട്ടിയെ നോക്കി ബേബി ചോദിച്ചു, ബിസ്കറ്റ് ഈ അപ്പൂ പ്പന് തരുമോ?

തരില്ലെന്ന് കുട്ടി തലയാട്ടി.

കണിയാരേത്ത് ഇന്ന് ഒരു വാടകവീടാണ്. തൊട്ടടുത്ത് അടൂരിന്റെ സഹോദരി സരോജിനി കുഞ്ഞമ്മയുടെ മകൻ ബാബു താമസിക്കുന്നു.

അടൂർ വീണ കിണർ

കണിയാരേത്ത് വീടിന്റെ പിന്നിലെ കിണറ്റിൽ വീണ കഥ പറയാനായി അടൂർ അങ്ങോട്ടു നടന്നു. അതിനുമുമ്പ് മറ്റൊരു കഥ ബേബിയോടു പറഞ്ഞു:

'കിണറ്റിൽ വീണ ചന്ദ്രൻ' എന്ന കഥ ബേബി കേട്ടിട്ടില്ലേ? ഞാൻ നാലിൽ പഠിച്ച കഥയാണ്. ലംബോദരൻപിള്ള പണികഴിഞ്ഞ് വൈകിട്ട് വീട്ടിൽ വരുന്നു. കിണറ്റുകരയിൽ ചെന്നുനോക്കിയപ്പോൾ ദാ ചന്ദ്രൻ കിണറ്റിൽ. അയാൾ പാതാളക്കരണ്ടി കിണറ്റിലിറക്കി. കരണ്ടി എവിടെയോ ഉടക്കി. അയാൾ ആഞ്ഞുപിടിച്ചു. കരണ്ടി പറിഞ്ഞുപോന്നെങ്കിലും ലംബോദരൻപിള്ള മലർന്നടിച്ചുവീണു. അതു സാരമില്ല. നോക്കുമ്പോൾ ചന്ദ്രൻ മുകളിലുണ്ട്. ആശ്വാസം. അതാണ് കഥ. എങ്ങനെയുണ്ട്?

ബേബി : ബിവറേജസോ നാടൻ ചാരായമോ മതിഭ്രമമോ എന്താണ് ലംബോദരൻപിള്ളയ്ക്ക് ഉണ്ടായതെന്ന് ഭാവനയിൽ കാണാൻ വായനക്കാർക്ക് വിട്ടിരിക്കുന്നു.

അടൂർ : ശുദ്ധനാണ് കഥാപാത്രം.

ബേബി : കടലാക്രമണമുണ്ടായപ്പോൾ ഒരു സഖാവ് കമ്പെടുത്ത് കടലിനെ അടിച്ച മറ്റൊരു കഥയുമുണ്ട്.

കിണറ്റുകരയിൽ നിന്നുകൊണ്ട് അടൂർ തൊടികൾ ചൂണ്ടി ബേബിയോടു പറഞ്ഞു. ഈ കിണറ്റിലാണ് ഞാൻ വീണത്. അന്ന് പത്തുവയസ്. താഴോട്ടുപോയ പോക്ക് ഓർമ്മയുണ്ട്. അതിന് മരണത്തിന്റെ മണമായിരുന്നു. ഒന്നു മുങ്ങിപ്പൊങ്ങിവന്നപ്പോൾ തൊടിയിൽ പിടിച്ചുനിന്നു. അയലത്തെ പപ്പുച്ചാരും നാണുച്ചാരും ഓടിവന്നാണ് എന്നെ രക്ഷിച്ചത്. കരയ്ക്കു കയറിയതും ഒരോട്ടമായിരുന്നു. കിണറ്റിൽ വീണത് അമ്മാവനറിഞ്ഞാൽ അടി ഉറപ്പാണ്. അമ്മാവന്റെ ക്ഷോഭം തണുക്കട്ടെ എന്നുകരുതി വൈകുംവരെ പറങ്കിമാവിന്റെ കൊമ്പിലിരുന്നു. രാത്രി വീട്ടിലെത്തുമ്പോൾ ആരും ഒന്നും ചോദിച്ചില്ല. അവർ അതൊക്കെ മറന്നിരുന്നു.

ഇതു കേട്ടുനിന്ന അടൂരിന്റെ അനുജൻ കൂട്ടിച്ചേർത്തു: പപ്പുച്ചാരെയും നാണുച്ചാരെയും വിളിക്കാനോടിയത് ഞാനാണ്.

പെട്ടെന്നാണ് ബേബിയുടെ ഓർമ്മകളിൽ ഒരു നടുക്കമുണ്ടായത് പെരുമൺദുരന്തം. (അതേപ്പറ്റി വിശദമായി പിന്നാലെ പറയുന്നു)

കഥ പറഞ്ഞ് പറമ്പിലൂടെ നടക്കുമ്പോൾ ഇവിടം മുഴുവൻ മാവുകളായിരുന്നുവെന്ന് അടൂർ ഓർമ്മിപ്പിച്ചു. അപ്പോൾ ബേബി പറഞ്ഞു: ഇതൊക്കെ കാണുമ്പോൾ കുട്ടിക്കാലത്ത് പുനലൂർ താമസിച്ച കഥയാണ് ഓർക്കുന്നത്. എന്തെല്ലാം രുചിയുള്ള മാങ്ങകൾ ഉണ്ടായിരുന്നു. തലേരാത്രി മഴയത്ത് മാങ്ങ വീഴുന്ന ശബ്ദം കേൾക്കാൻ കാത്തിരിക്കുമായിരുന്നു.

അടൂർ : ശരിയാണ്. കുട്ടിക്കാലത്തെപ്പറ്റി എത്രയെത്ര രുചിയുള്ള ഓർമ്മകൾ.

കണിയോരത്തെ വീട്

1957ൽ ഞാൻ നാടുവിട്ടു. മധുര ഗാന്ധിഗ്രാമിൽ പഠിക്കാൻ. പഠനം കഴിഞ്ഞ് 59ൽ മടങ്ങിയെത്തിയെങ്കിലും നാഷണൽ സാമ്പിൾ സർവ്വേയിൽ ജോലി കിട്ടി. ഒരുകൊല്ലം കഴിഞ്ഞപ്പോൾ 1962ൽ പൂന ഫിലിം ഇൻസ്റ്റിറ്റ്യൂട്ടിലേക്ക്. പിന്നീട് തിരുവനന്തപുരത്തേക്ക്. ചുരുക്കത്തിൽ 57നുശേഷം ഞാൻ അടൂരിൽ താമസിച്ചിട്ടില്ല. കിണറ് പക്ഷേ വീടുവിട്ടില്ല. കല്ലട പദ്ധതി വന്നതോടെ കിണറ്റിൽ വെള്ളം ഉയർന്നു തുടങ്ങി. കല്ലടക്കനാൽ ഞങ്ങളുടെ പറമ്പിനെ രണ്ടായി മുറിച്ചു.

കണിയാരേത്തു വീട്ടിൽ നിന്നും വാഹനം നീങ്ങുമ്പോൾ അടൂർ പറഞ്ഞു: ഇവിടെ അടുത്ത് ഞങ്ങളുടെ കുടുംബവക മലയുണ്ട്. വാഹനം കയറ്റം കയറുമ്പോൾ അടൂർ കൈചൂണ്ടി. ഇത് ഞങ്ങളുടെ കുടുംബ വകയായിരുന്നു. ഇന്ന് മലയുടെ ഒരു ഭാഗത്ത് ടെക്നിക്കൽ സ്കൂളാണ്. ഭൂമി ഞങ്ങൾ നൽകിയതാണ്, ഈ മലയുടെ മുകളിൽ നിന്നാൽ പ്രദേശം മുഴുവൻ കാണാം. അന്ന് ഒരു പന മാത്രമേ ഉണ്ടായിരുന്നുള്ളൂ. ഇന്ന് ക്ഷേത്രമായിരിക്കുന്നു. ക്ഷേത്ര കോമ്പൗണ്ടിൽ പന തലയുയർത്തി ത്തന്നെ നിൽക്കുന്നു.

ദൂരെ കാണുന്നത് നെടുങ്കുന്ന് മൊട്ടക്കുന്നായിരുന്നു. വീടിന്റെ നേരെ പിറകിലാണ് കുന്ന്. കുറെപ്പേർ കൈയേറി പതിച്ചുവാങ്ങി റബ്ബർ വച്ചു. ഓണക്കാലത്ത് കൂട്ടുകൂടി ഞങ്ങൾ അവിടെ പോകുമായിരുന്നു.

മലയുടെ ഉടയവൻ ഊരാളിയാണ്. ഊരാളി എന്നു പറഞ്ഞാൽ ഊര് ആളുന്നയാൾ. ഊരിന്റെ അധിപൻ. അത് പിന്നീടു വന്നവൻ തട്ടിയെടുത്തു. കൊടിയേറ്റ'ത്തിന്റെ തുടക്കത്തിൽ ഊരാളിയുണ്ട്. കടമ്പനാട്ട് പോരു വഴി പെരുവിരത്തി മലയിലെ ഉത്സവത്തിന് തുള്ളിവരുന്ന ഊരാളി യാണത്. ദുര്യോധനനാണ് മലയുടെ അധിപൻ. കുടുംബവക മലയിൽ നിഴൽക്കുത്ത് കളിച്ചാൽ ഒരിക്കലും അവസാനിപ്പിക്കാൻ സമ്മതിക്കില്ല എന്നാണ് സങ്കല്പം. ഒന്നുകിൽ നേരം വെളുക്കും. അല്ലെങ്കിൽ അതു മുഴുമിക്കാനാകാതെ തടസ്സമുണ്ടാകും. പാണ്ഡവന്മാരെ കുത്തിയിടുന്ന താണ് നിഴൽക്കുത്ത് – ക്ഷേത്രമതിൽക്കെട്ടിനോടു ചേർന്നുനിന്ന് അടൂർ ബേബിയോടു പറഞ്ഞു.

വാഹനം മലയിറങ്ങി ഇടത്തേക്കു തിരിഞ്ഞു. ഇവിടം മുതൽ മൂത്ത അമ്മാവന്റെ വീട്ടുപറമ്പാണ്. മതിലു ചൂണ്ടി അടൂർ പറഞ്ഞു. അമ്മാവന്റെ ചെറുമകൻ വിജയനാണ് ഇപ്പോൾ താമസിക്കുന്നത്. പോകുന്ന വഴിയി ലാണ് മൗട്ടത്ത്. മൗട്ടത്ത് എന്നു പറയുന്ന തറവാട് ഇന്നില്ല. സ്ഥലം മാത്രമേയുള്ളൂ – അടൂർ നിശ്ശബ്ദനായി.

വടക്കടത്തുകാവ് യു.പി. സ്കൂളാണ് അടുത്ത ലൊക്കേഷനെന്നു പറഞ്ഞപ്പോൾ അടൂർ ഓർമ്മകളിലേക്ക് തിരിച്ചുപോയി. യു.പി.യി ലെത്തിയപ്പോൾ എനിക്കു തോന്നി മണ്ടനായി ഇങ്ങനെ പോയാൽ ശരി യാകില്ല. ഒന്നു മാറ്റിയെടുത്തിട്ടുതന്നെ കാര്യം. അങ്ങനെ പഠിക്കാൻ

പപ്പുച്ചാരേയും നാണുച്ചാരെയും വിളിക്കാനോടിയ അടൂരിന്റെ അനുജൻ (നടുവിൽ)

തുടങ്ങി. അധികം വൈകാതെ തന്നെ ക്ളാസിലെ മിടുക്കന്മാരുടെ ബഞ്ചിലെ ടോപ്പ് ത്രീയിലെത്തി. അപ്പോഴും എനിക്ക് ഊരാക്കുടുക്കായത് കണക്കായിരുന്നു. കഴിയുന്നതും കണക്കിനെ അങ്ങ് മറന്നേക്കുക എന്നതായി എന്റെ ശീലം. പക്ഷേ, കണക്കുസാർ പരമുപിള്ള വിടില്ല. 'സൈക്കിൾ ചവിട്ടിക്കും.' അകത്തെ തുടയിൽ തള്ളവിരലും ചൂണ്ടുവിരലും ചേർത്ത് ഒരു പ്രയോഗമുണ്ട്. ഞെരടാൻ തുടങ്ങുമ്പോൾ വേദനകൊണ്ട് പുളഞ്ഞ് ഹോ എന്നലറിക്കരയും. ഇതിനെയാണ് സൈക്കിളു ചവിട്ടിക്കുക എന്നു പറയുന്നത്. സ്കൂളിൽ ചെല്ലുമ്പോഴാണ് കണക്കുബുക്ക് മറിച്ചുനോക്കുക. ഹോംവർക്ക് ഒന്നും ചെയ്തിട്ടില്ല. തുടർന്ന് പരമുപിള്ള സാറിന്റെ സൈക്കിൾ പഠിത്തം പ്രതീക്ഷിച്ച് ഒരു ഇരിപ്പാണ്. അങ്ങനെ എത്രയോ തവണ ഞാൻ സൈക്കിൾ ചവിട്ടിയിരിക്കുന്നു.

കഷണ്ടിയുള്ള തുടുത്തൊരാളാണ് പരമുപിള്ള സാർ. വർഷങ്ങൾക്കുശേഷം സാറിന്റെ ചെറുമകൻ എന്നെ വന്നുകണ്ട് പരിചയപ്പെട്ടത് ഓർക്കുന്നു.

വടക്കടത്തുകാവിലെ മറ്റൊരു അദ്ധ്യാപകനെയും ഓർക്കുന്നു. പേരു മറന്നു. ആയൂർക്കാരനാണ്. ഡ്രോയിംഗ് കം ഡ്രിൽ മാസ്റ്ററാണ്. അദ്ദേഹം നാടകക്കമ്പക്കാരനായിരുന്നു. എഴുതുകയും അവതരിപ്പിക്കുകയും ചെയ്യും. ഡ്രിൽമാസ്റ്ററുടെ എല്ലാ നാടകങ്ങളിലും എനിക്ക് പെൺവേഷമായിരുന്നു. അങ്ങനെ സാറിന്റെ സ്ഥിരം നായിക ഞാനായി. പെൺവേഷം കെട്ടാൻ സഹോദരിമാരുടെ സാരിയാണ് കടം വാങ്ങുക. തിരികെ കൊടുക്കുമ്പോൾ അതു കീറിയിട്ടുണ്ടാകും. പിന്നെ മുട്ടൻ വഴക്കാണ്.

അതു തീരാൻ കുറച്ചു നാളെടുക്കും. നാടകത്തിലെന്നപോലെ സാഹിത്യസമാജത്തിലും പങ്കാളിയായി. നാടക ഡയലോഗുപോലെ ഓർമ്മവരുന്നു ഒരു നെടുങ്കൻ വാചകം: "അനന്തവിഹായസ്സിൽ, നക്ഷത്ര ങ്ങളുടെ നടുവിൽ, പൂർണ്ണചന്ദ്രനെപ്പോലെ ശോഭിക്കുന്ന അദ്ധ്യക്ഷനും നക്ഷത്രങ്ങളായ സഹപാഠികൾക്കും നമസ്കാരം!"

ക്ലാസ് ടീച്ചർ അദ്ധ്യക്ഷനായ സാഹിത്യസമാജത്തെ അഭിസംബോ ധന ചെയ്യേണ്ടത് ഇങ്ങനെയാണ്!

എന്റെ നാടകപ്രവർത്തനങ്ങളിലെല്ലാം അന്നത്തെ സ്ഥിരം പങ്കാളി കൾ രണ്ടുപേരായിരുന്നു. രവീന്ദ്രനും നാരായണനും. രവീന്ദ്രനും നാരാ യണനും ഞാനും ചേർന്ന് ഒരു കമ്പനി ഉണ്ടാക്കി- ആർ.എൻ.ജി. കമ്പനി. എൽ.പി. സ്കൂളിൽ ഞങ്ങൾ ഒന്നിച്ചായിരുന്നു. എൽ.പി. കഴിഞ്ഞപ്പോൾ അടൂർ ഹൈസ്കൂളിനോടു ചേർന്നുള്ള മിഡിൽ സ്കൂളിലാണ് അവരെ ചേർത്തത്. അവരുടെകൂടെ പോകണമെന്ന് ഞാൻ കരഞ്ഞുപറഞ്ഞെ ങ്കിലും വടക്കടത്തുകാവ് സ്കൂളിലാണ് വീട്ടുകാർ വിട്ടത്. ഹൈസ്കൂ ളിനെ അപേക്ഷിച്ച് കുറച്ചുകൂടി അടുത്തായിരുന്നു വടക്കടത്തുകാവ് സ്കൂൾ. വീട്ടിൽ നിന്നും ഹൈസ്കൂളിലേക്ക് പത്തു കിലോമീറ്ററിൽ ഏറെ യുണ്ട്. വടക്കടത്തുകാവിലാണെങ്കിൽ അതിന്റെ പകുതിയേ വരൂ. (രവീ ന്ദ്രൻ പോണ്ടിച്ചേരിയിൽ മൃഗസംരക്ഷണവകുപ്പിന്റെ മേധാവിയായിരുന്നു. നാരായണൻ ഹെഡ്മാസ്റ്ററായി വിരമിച്ചു. രണ്ടാളും ഇപ്പോൾ അടൂരിൽ വിശ്രമജീവിതത്തിലാണ്.)

വടക്കടത്തു കാവിൽ പഠിക്കുമ്പോൾ കുഞ്ഞമ്മാവന്റെ (രാമൻ ഉണ്ണിത്താൻ) നാടകങ്ങളിലെ നായികാവേഷവും എനിക്കാണ്. അന്ന് നാ ടകത്തിൽ പെൺവേഷം കെട്ടാൻ സ്ത്രീകളെ കിട്ടില്ല. പ്രൊഫഷണൽ നാടകമായാൽപ്പോലും സ്ഥിതി അതാണ്. അടൂരിൽനിന്നും ആദ്യമായി പ്രൊഫഷണൽ നാടകത്തിൽ അഭിനയിക്കാൻ പോകുന്നത് സഹോദരി മാരായ അടൂർ പങ്കജവും അടൂർ ഭവാനിയുമാണ്. അതിനുമുമ്പ് ഓമല്ലൂർ ചെല്ലമ്മ എന്നു കേട്ടിട്ടുണ്ട്. പക്ഷേ, അവരുടെ നാടകം ഞാൻ കണ്ടി ട്ടില്ല.

കുഞ്ഞമ്മാവൻ നാടകരചയിതാവും സംവിധായകനും ആർട്ടിസ്റ്റു മായിരുന്നു. രാജാരവിവർമ്മയുടെ മകൻ ആർട്ടിസ്റ്റ് രാമവർമ്മയുടെ ശിഷ്യനായിരുന്നു കുഞ്ഞമ്മാവൻ.

അമ്മാവൻ എഴുതിയ നാടകത്തിന് അമ്മാവൻ തന്നെ കർട്ടൻ വരച്ചു വയ്ക്കും. ഒരു കർട്ടൺ ഒരു തെരുവിന്റേതാണ്. സിംഗപ്പൂരിലോ മറ്റോ ഉള്ള തെരുവ്. പിന്നെയൊരു ഉദ്യാനം. അത് ബാംഗ്ലൂരിലെ വൃന്ദാവൻ ഗാർഡനാകും. ഇനിയൊന്ന് വീടിന്റെ പൂമുഖം. ഇങ്ങനെ ഏഴെട്ടെണ്ണം റെഡിയായിരിക്കും. ഇതിനോട് അനുയോജ്യമാക്കുന്ന സീനുകളാണ് എഴുതിയുണ്ടാക്കുക.

കുഞ്ഞമ്മാവൻ എന്നെക്കാൾ മുപ്പതു വയസ്സിനു മൂത്തയാളാണെങ്കിലും നാടകത്തെപ്പറ്റി അഭിപ്രായം പറയാൻ സ്വാതന്ത്ര്യമുണ്ടായിരുന്നു. എന്നുവച്ച് തുറന്നടിക്കുകയൊന്നുമില്ല. മയത്തിൽ കാര്യമങ്ങ് പറയും. നല്ല ഫോട്ടോഗ്രാഫറുമായിരുന്നു കുഞ്ഞമ്മാവൻ. സ്വന്തമായി ക്യാമറയും ഫിലിം പ്രോസസ് ചെയ്യാനുള്ള സൗകര്യവും അമ്മാവനുണ്ടായിരുന്നു. കാർട്ടൂണിസ്റ്റ് കൂടിയായ അമ്മാവൻ മലയാളി' പത്രത്തിൽ കാർട്ടൂൺ വരച്ചിരുന്നു.

ഹൈസ്കൂളിൽ അമ്മാവന്റെ സഹപാഠിയായിരുന്നു ഇ.വി. കൃഷ്ണപിള്ള. ഹൈസ്കൂളിനടുത്തായിരുന്നു ഇ.വിയുടെ വീട്.

കുഞ്ഞമ്മാവൻ നല്ല തമാശക്കാരനായിരുന്നു. തമാശ പറയും. തമാശ ഒപ്പിക്കുകയും ചെയ്യും. പക്ഷേ, ജീവിതത്തിൽ ഒന്നും ചെയ്തിട്ടില്ല. തമാശ മാത്രമേ ഉണ്ടായിരുന്നുള്ളൂ. അമ്മാവന്റെ ഏറ്റവും വലിയ വിനോദം ചതുരംഗം കളിയായിരുന്നു. അതറിയാവുന്ന ഒരാൾ വീട്ടിൽ ചെന്നാൽ പിന്നെ വന്ന ആളിനു കുശാലായി. ഊണും താമസവുമെല്ലാം കുശാൽ!

കുടുംബസ്വത്ത് ഭാഗം വച്ചപ്പോൾ മേടയിൽ തറവാട് കിട്ടിയത് കുഞ്ഞമ്മാവനായിരുന്നു. അപ്പോൾ കുഞ്ഞമ്മാവനൊരു നല്ല കാര്യം ചെയ്തു. നാട്ടിലെ കുട്ടികളെ സൗജന്യമായി ചിത്രകല പഠിപ്പിച്ചു. അന്ന് അമ്മാവന്റെ കീഴിൽ ചിത്രകല പഠിച്ച വിദ്യാർത്ഥിയാണ് സംവിധായകൻ ആർ. സുകുമാരൻ. അദ്ദേഹം സ്കൂളിൽ ഡ്രോയിംഗ് മാസ്റ്ററുമായിരുന്നല്ലോ. കുഞ്ഞമ്മാവന്റെ മക്കളാണ് ഇപ്പോൾ മേടയിൽ തറവാട്ടിൽ കഴിയുന്നത്.

സൂസൻ ചാക്കോയും ലളിത തോമസും എവിടെ?

വടക്കടത്തുകാവ് സ്കൂളിലെ ഏറ്റവും മിടുക്കി സൂസൻ ചാക്കോ ആയിരുന്നു. കണക്കിന് ഏറെ മുന്നിൽ. സൂസനെ പിന്നീട് കണ്ടിട്ടില്ല. സൂസൻ ചാക്കോയുടെ അനുജത്തി കൊച്ചി കുസാറ്റിൽ ഉണ്ടായിരുന്നു. അവർ പറഞ്ഞു, സൂസൻ ചാക്കോ ജർമ്മനിയിൽ യൂണിവേഴ്സിറ്റി അദ്ധ്യാപികയാണ്. ജർമ്മൻകാരനെയാണ് വിവാഹം കഴിച്ചത്. ഇതിനപ്പുറം സൂസൻ ചാക്കോയെപ്പറ്റി വിവരങ്ങളില്ല.

ഹൈസ്കൂളിൽ ഒമ്പതാം ക്ളാസിൽ എന്റെയൊപ്പം ഒരു കൊല്ലം പഠിച്ച ആളാണ് തിരുവനന്തപുരം ആർ.സി.സിയുടെ മുൻ മേധാവി ഡോ. കൃഷ്ണൻനായർ.

കണക്കിന്റെ രഹസ്യം പറഞ്ഞുതന്ന സുഹൃത്ത് അപ്പുക്കുട്ടൻനായർ ഇപ്പോഴുമുണ്ട്. അദ്ദേഹം മുമ്പ് താമസിച്ചിരുന്നത് ഞങ്ങളുടെ വീടിനടുത്തായിരുന്നു. ഇടയ്ക്ക് എന്നെ കാണാൻ വരുമായിരുന്നു. ഇപ്പോൾ കുറച്ചുകാലമായി കാണുന്നില്ല. സ്കൂൾകാലത്തെ മറ്റൊരു സഹപാഠി ▶

ബേബിയെയും കൂട്ടി വടക്കടത്തുകാവ് സ്കൂളിന്റെ മുന്നിലൂടെ നടക്കുമ്പോൾ അടൂർ പറഞ്ഞു:

ഇവിടെ മൈതാനത്ത് ഒരു കളിത്തട്ടുണ്ടായിരുന്നു. പൂർണ്ണമായും തടിയിൽ നിർമ്മിച്ചതാണ്. നാലുകാലിൽ ഉയർന്നുനിൽക്കുന്ന വിശാലമായ ഒരു തട്ടെന്നു സങ്കല്പിക്കാം. മേൽക്കൂര ഓടുമേഞ്ഞതായിരുന്നു. വഴിയാത്രക്കാർക്ക് വിശ്രമിക്കാനും ആഹാരം കഴിക്കാനും ഒന്നു മയങ്ങാനുമൊക്കെ വേണ്ടി പണിതതാണത്. തൊട്ടടുത്തുതന്നെ ചുമടുതാങ്ങിയും ഉണ്ടായിരുന്നു. അറുപതു കൊല്ലം മുമ്പ് കണ്ടതിൽ ഇന്നും നിൽക്കുന്നത് ചുമടുതാങ്ങി മാത്രം.

ഇക്കഥയൊക്കെ അടൂർ ഗോപാലകൃഷ്ണൻ പറയുമ്പോൾ നാട്ടുകാർ പലരും ചുറ്റുംകൂടി. സൈക്കിളിൽ വന്ന മീൻകാരൻ അടൂരിന് കൈകൊടുത്തു. ഒരു വീട്ടമ്മ വന്ന് സ്വയം പരിചയപ്പെടുത്തി സാറിന്റെ വിശേഷങ്ങൾ ചോദിച്ചു. ഇവിടെ എന്താ പരിപാടിയെന്ന് ആരാഞ്ഞവരോടെല്ലാം ബേബി കാര്യം വിശദീകരിച്ചുകൊണ്ടിരുന്നു.

കണിയാരേത്തു വീട്ടിൽ നിന്നും നേരെ ഇങ്ങോട്ടു നടക്കും. അന്ന് കാൽനടയല്ലേ ആശ്രയം. പക്ഷേ, അന്നും അമ്മാവന്മാർക്കെല്ലാം കാറുണ്ടായിരുന്നു. ഞാൻ അഞ്ചിൽ പഠിക്കുമ്പോഴോ മറ്റോ ആണെന്നു തോന്നുന്നു കുഞ്ഞമ്മാവൻ ഫോർഡ് കാർ വാങ്ങിയത്. വീട്ടിലെ കാരണവരായ മൂത്ത അമ്മാവൻ മൗട്ടത്ത് ഗോപാലൻ ഉണ്ണിത്താന് അതിനു മുമ്പുതന്നെ കാറുണ്ട്. കാറുകളോട് വലിയ കമ്പമായിരുന്നു അദ്ദേഹത്തിന്. അതുകൊണ്ട് മാറിമാറി വാങ്ങിക്കൊണ്ടിരിക്കും.

തമ്പാനാണ്. അദ്ദേഹം പിന്നീട് തിരുവനന്തപുരം എൻജിനീയറിംഗ് കോളേജിൽ അദ്ധ്യാപകനായി. മറ്റൊരാൾ (രവി) ചങ്ങനാശ്ശേരി എൻ. എസ്. എസ്. കോളേജിൽ മാത്സിന്റെ പ്രൊഫസറായിരുന്നു. സ്കൂളിനു ശേഷം കണ്ടിട്ടേയില്ല. പന്തളം കോളേജിൽ സഹപാഠിയായിരുന്ന പി. ഗോപകുമാർ തിരുവനന്തപുരത്ത് എജീസ് ഓഫീസ് ഉദ്യോഗസ്ഥനായിരുന്നു. കലാകൗമുദിയിലും മറ്റും ലേഖനങ്ങൾ എഴുതുന്ന ഗ്രന്ഥകാരനായ ഗോപകുമാറിനെ പലപ്പോഴും കാണാറുണ്ട്.

പന്തളം കോളേജിലുണ്ടായിരുന്ന ലളിത തോമസ് എന്ന സഹപാഠിയെയും ഓർക്കുന്നു. അവർ വെല്ലൂർ മെഡിക്കൽ കോളേജിൽ പഠിച്ച് അവിടെത്തന്നെ ഡോക്ടറായി എന്നാണറിഞ്ഞത്. പിന്നീട് കാണാനായിട്ടില്ല. പന്തളം കോളേജിലെ മറ്റൊരു സഹപാഠിയായിരുന്നു അലക്സാണ്ടർ. അദ്ദേഹം ഒരിക്കൽ എന്നെ തിരക്കി ആക്കുളത്തെ വീട്ടിൽ വന്നു. ളോഹയിട്ടാണ് വരവ്. എന്റെ മോളോട് അദ്ദേഹം സ്വയം പരിചയപ്പെടുത്തി: ഞാൻ അച്ഛന്റെ കൂട്ടുകാരൻ അച്ചനാണ്!

അടൂർ കിളിവയൽ കോളേജിലെ പ്രിൻസിപ്പലായിരുന്നു അദ്ദേഹം.

വേഗത്തിൽ ഓടിക്കുന്നതും ഹരമായിരുന്നു. അങ്ങനെ ഒരിക്കൽ ഒരപകടത്തിൽപ്പെട്ടെങ്കിലും ഭാഗ്യത്തിന് ആർക്കും പരിക്കേറ്റില്ല.

അന്ന് പെട്രോൾ റേഷനാണ്. വലിയ വിലയും. കുഞ്ഞമ്മാവൻ വെള്ള മണ്ണെണ്ണ കൊണ്ട് കാറോടിക്കാമെന്ന് കണ്ടുപിടിച്ചു. ഒരു കൊല്ലനായിരുന്നു ഡ്രൈവറും മെക്കാനിക്കും. ഞങ്ങൾ, പിള്ളാരെയെല്ലാം കയറ്റിയാണ് യാത്ര. ചിലപ്പോൾ സിനിമയ്ക്കൊക്കെ പോകുമ്പോൾ പത്തിരുപതുപേർ കാറിലുണ്ടാകും. അതൊരു കാഴ്ചയാണ്. ഇടയ്ക്ക് കാർ പണിമുടക്കും. അപ്പോൾ ഞങ്ങളിറങ്ങി തള്ളും. സത്യത്തിൽ ബ്രേക്ക് ഡൗൺ മുന്നിൽ കണ്ടുകൊണ്ടാകാം അമ്മാവൻ പിള്ളാരെ കയറ്റിയിരുന്നത്.

ഇതിനിടെ കൽക്കരിയിൽ നിന്ന് സ്വർണമുണ്ടാക്കാനുള്ള ഗവേഷണമൊക്കെ കുഞ്ഞമ്മാവന്റെ വീട്ടിൽ നടന്നിരുന്നു.

അക്കാലത്തെ ഹീറോകൾ ഗാന്ധിയും നെഹ്റുവും ബോസുമാണ്. ഞാൻ താഴ്ന്ന ക്ളാസിലായിരിക്കുമ്പോഴാണല്ലോ സ്വാതന്ത്ര്യസമരം.

“അനിയാ വാ നമ്മൾക്കൊത്ത്
അരയും തലയും ബന്ധിക്കാം
അരുമച്ചട്ടം ലംഘിക്കാം
അടിമകളല്ലെന്നറിയിക്കാം”

എന്നു തുടങ്ങുന്നൊരു പാട്ട് ചേട്ടൻ രാമചന്ദ്രൻ ഉണ്ണിത്താൻ പാടുന്നത് ഓർമ്മയിലുണ്ട്. ഈ പാട്ട് മതിലുകളിൽ ഉപയോഗിച്ചിട്ടുണ്ട്.

വർത്തമാനം തുടരുമ്പോൾ നാട്ടുകാരൻ അടൂരിനും ബേബിക്കും റോഡരികിൽ കസേര ഇട്ടുകൊടുത്തു.

അപ്പോൾ അടൂർ ഒരു കഥ പറഞ്ഞു:

നാലു പെണ്ണുങ്ങൾ' ആലപ്പുഴ മാർക്കറ്റിൽ ചിത്രീകരിക്കുന്ന വേള. രാത്രി 12നും 4നും ഇടയിലാണ് ഷൂട്ട്. ആ സമയത്തേ മാർക്കറ്റ് ഫ്രീയാകൂ. ആദ്യദിവസം ഷൂട്ടിന് കസേര ഇട്ടുതന്നു നാട്ടുകാർ. വളരെ സന്തോഷമായി. ഷൂട്ടിംഗ് കഴിഞ്ഞപ്പോഴാണ് കഥ മാറിയത്. കസേരയുടെ വാടക കിട്ടണം! ഈ കസേരയ്ക്ക് അങ്ങനെ വല്ല പശ്ചാത്തലവും ഉണ്ടാകുമോ?

എല്ലാവരും ചിരിച്ചു.

ബേബി: പാരീസിൽ കഫേയിൽ ഇരുന്ന് കാപ്പികുടിക്കാൻ ഒരു ചാർജ്. നിന്നു കുടിച്ചാൽ മറ്റൊന്ന്. അവിടെ എഴുത്തുകാരൊക്കെ കഫറേറരിയയിൽ മണിക്കൂറുകൾ ചെലവിടാറുണ്ട്.

വർത്തമാനം പെട്ടെന്ന് സാമൂഹിക മാറ്റങ്ങളിലേക്ക് കടന്നു. അടൂർ പറഞ്ഞു: സ്വാതന്ത്ര്യാനന്തരം വലിയ മാറ്റങ്ങളല്ലേ ഉണ്ടായത്. ഇനിയും മാറാനുണ്ട് പലതും. അമ്പതു വർഷത്തിനിടെ സംഭവബഹുലമായിരുന്നു

അടൂരിലെ ഹൈസ്കൂൾ ഗേറ്റിന് മുന്നിൽ

നാട്. സ്വാതന്ത്ര്യത്തിനു മുമ്പുള്ള കാലത്തെ അപേക്ഷിച്ച് എല്ലാ മനുഷ്യർക്കും തുല്യ അവസരം ഏതാണ്ട് അടുത്തുവന്നിട്ടുണ്ട്. പൂർണ്ണമായി വന്നു എന്നല്ല.

വിവേകാനന്ദൻ കേരളത്തെ ഭ്രാന്താലയം എന്നു വിളിച്ചു. ഇന്ന് പല തരം ഭ്രാന്തല്ലേ മലയാളിക്ക്. അന്ന് ഉച്ചനീചത്വങ്ങളുടെയും ജാതിയുടെയും പേരിലുള്ള ഭ്രാന്തിനെപ്പറ്റിയാണ് വിവേകാനന്ദൻ ക്ഷോഭത്തോടെ പറഞ്ഞത്. ഇന്നും സാമൂഹികമായ അനേകം പ്രശ്നങ്ങളുണ്ട്. പക്ഷേ, ഇന്ന് ഒരു ജാതിയിൽ ജനിച്ചുപോയതുകൊണ്ട് വിദ്യാഭ്യാസം നിഷേധിക്കപ്പെടുന്നില്ല. ഇന്ത്യയിൽ മറ്റെങ്ങുമില്ലാത്തവിധം ആണിനും പെണ്ണിനും തുല്യപരിഗണനയുണ്ടായി.

ബേബി : അടൂർ പറഞ്ഞതിനോട് ഞാൻ യോജിക്കുന്നു. ഇ.എം.എസ് പറഞ്ഞതാണ് ഓർമ്മ വരുന്നത്. താൻ പൊതുജീവിതം ആരംഭിക്കുന്ന കാലത്ത് തൊട്ടുകൂടായ്മയും തീണ്ടിക്കൂടായ്മയും വൈദേശിക ഭരണവുമാണ്. ആർക്കും സ്വാതന്ത്ര്യമില്ല. അപ്പോൾത്തന്നെ സമൂഹത്തിൽ പല വിഭാഗത്തിനും മേൽജാതിക്കാരുടെ സ്വാതന്ത്ര്യനിഷേധം എന്ന വിചിത്രാവസ്ഥയും. അന്ന് ഭാഷാടിസ്ഥാനത്തിൽ ഭരണ യൂണിറ്റില്ല. തിരുവിതാംകൂറും കൊച്ചിയും മലബാറുമാണ്. അതെല്ലാം മാറിയത് ഇ.എം.എസിന് കാണാനായി. മാററമെല്ലാം വന്നെങ്കിലും സാമൂഹികാസമത്വങ്ങൾ ഇന്നുമുണ്ട്.

അടൂർ: ജനനംകൊണ്ട് ഞാൻ നായർസമുദായാംഗമാണ്. പണ്ട് ഞങ്ങളെ തമ്പുരാനേ എന്നാണ് വിളിച്ചിരുന്നത്. വല്ല അർത്ഥവുമുണ്ടോ ആ വിളിക്ക്? മനുഷ്യർ തമ്മിലുള്ള അഭിസംബോധനയിൽ എങ്ങനെയാണ് തമ്പുരാൻ വരിക? ഇന്ന് മനുഷ്യൻ മനുഷ്യനെ സമഭാവനയോടെ അഭിസംബോധന ചെയ്യുന്ന അവസ്ഥ വന്നില്ലേ? അതുതന്നെയാണ് ഏറ്റവും വലിയ മാറ്റമെന്ന് എനിക്കു തോന്നുന്നു. അതുപോലെ വിദ്യാഭ്യാസത്തിനുള്ള അവസരം. വിദ്യാഭ്യാസം നേടി ഏതുയർന്ന പദവിയിലും എത്താമെന്ന നില വന്നില്ലേ? ഏറ്റവും പ്രതികൂല സാഹചര്യത്തിൽ ജനിച്ചുവളർന്ന ഒരാൾ രാജ്യത്തിന്റെ രാഷ്ട്രപതിയാകുന്നത് വലിയ കാര്യമല്ലേ?

പഴയൊരു സംഭവം ഓർമ്മവരുന്നു. എന്റെ ഒരു സഹപാഠിയെ വർഷങ്ങൾക്കുശേഷം കാണുന്നത് എന്റെ ബന്ധുവിന്റെ പറമ്പിൽ കിളച്ചുകൊണ്ടുനിൽക്കുന്നതാണ്. എനിക്ക് വലിയ സങ്കടം തോന്നി. അയാൾ അടുത്തുവന്ന് വർത്തമാനം പറഞ്ഞപ്പോൾ സത്യത്തിൽ എന്റെ കണ്ണു നനഞ്ഞു.

ഞാനും സാമ്പത്തിക പ്രയാസങ്ങളിലൂടെ കടന്നുപോയതിനാൽ ആ കൂട്ടുകാരന്റെ അവസ്ഥ മനസ്സിലാകുമായിരുന്നു.

എന്റെ കുട്ടിക്കാലത്ത് അച്ഛനും അമ്മയും പിണങ്ങിപ്പിരിഞ്ഞ് താമസിക്കുകയാണ്. അച്ഛന്റെ അഭാവത്തിൽ വീട്ടുകാര്യങ്ങളും കുട്ടികളുടെ പഠിത്തവും എല്ലാം നോക്കേണ്ടത് അമ്മയാണ്. നേരിട്ട് കൃഷി നടത്താൻ ആളില്ലാത്തതിനാൽ വസ്തുക്കളൊക്കെ പാട്ടക്കൃഷിക്ക് കൊടുത്തു. പാട്ടക്കാർ അമ്മയെ നിരന്തരം കബളിപ്പിച്ചുകൊണ്ടിരുന്നു. ചാഴികയറി, കാറ്റുവീണു എന്നൊക്കെ പറഞ്ഞാണ് പറ്റിക്കുക. അങ്ങനെ വീട്ടിൽ വന്നതിൽ മുക്കാലും പതിരായി. നെല്ലിനെക്കാൾ പതിരായിരുന്നു അന്നു കേട്ട കഥകളിൽ ഏറെയും. അക്കാലത്ത് ക്രയവിക്രയം നെല്ലിനെ ആശ്രയിച്ചാണല്ലോ. രൂപ കൈകാര്യം ചെയ്യുന്നത് വളരെ അപൂർവ്വമാണ്. ഏറ്റവും പ്രഷ്യസാണ് രൂപ. അതിൽ തൊട്ടുകൂടാ. നെല്ലാണ് കൂലി. വീട്ടിലെ ഈ അവസ്ഥ കാരണം എനിക്ക് സ്കൂളിൽ സമയത്തിന് ഫീസ് അടയ്ക്കാനാകാതെയായി.

ഞാൻ ആദ്യമായി ചെരിപ്പിടുന്നത് ഗാന്ധിഗ്രാമിൽ പോകുമ്പോഴാണ്. പന്തളം കോളേജിൽ പഠിക്കുമ്പോഴൊന്നും ചെരിപ്പില്ല. ചെരിപ്പ് അവശ്യസാമഗ്രിയായി അന്ന് കരുതിയിട്ടില്ല. പന്തളം കോളേജിൽ ചെരിപ്പിടാതെ വരുന്ന മറ്റ് അനേകം പേരുണ്ടായിരുന്നു.

ജന്മിമാരുടെ വീടായിരുന്നെങ്കിലും എല്ലാ കഷ്ടപ്പാടും അനുഭവിച്ചാണ് ഞാൻ വളർന്നത്. എനിക്കൊപ്പം വളർന്ന ബന്ധുക്കളായ സമപ്രായക്കാരാകട്ടെ എല്ലാ സൗകര്യങ്ങളോടുംകൂടിയാണ് കഴിയുന്നത്. പുറമേനിന്നു നോക്കുന്നവർക്ക് എന്റെ വിഷമങ്ങൾ അറിയുകയുമില്ല.

അടൂർ ആദ്യമായി സിനിമ കണ്ട തിയേറ്റർ
വർഷങ്ങളായി അടഞ്ഞുകിടക്കുന്നു.

ബേബി: മുണ്ടശ്ശേരി മാഷിന്റെ കൊഴിഞ്ഞ ഇലകളാണ് ഓർമ്മവരുന്നത്. ഫോർത്ത് ഫോറം കഴിഞ്ഞ് വേറെ സ്കൂളിൽ ഫീസ് കൊടുത്ത് പഠിക്കണം. അതിനുള്ള വക ജോസഫ് മുണ്ടശ്ശേരിയുടെ വീട്ടിലില്ല. അദ്ധ്യാപകന് അതറിയാമായിരുന്നു. അദ്ദേഹം തന്റെ തുച്ഛമായ വരുമാനത്തിൽ നിന്ന് ഒരു കിഴി ബാലനായ മുണ്ടശ്ശേരിക്ക് നൽകി. മുണ്ടശ്ശേരിയുടെ പിതാവിനെ വിളിച്ച് ഇവനെ പഠിപ്പിക്കണമെന്നും പറഞ്ഞു. അന്ന് ആ അദ്ധ്യാപകൻ പണം നൽകിയില്ലായിരുന്നെങ്കിൽ മുണ്ടശ്ശേരി ഉണ്ടാകുമായിരുന്നില്ല.

അടൂർ: ഹൈസ്കൂളിൽവച്ച് കണക്ക് എന്റെ തലയിൽ കയറാത്ത കാലത്ത് എന്നെ സഹായിച്ച മിടുക്കനായ സുഹൃത്ത് അപ്പുക്കുട്ടൻ പിള്ളയെ ഓർമ്മവരുന്നു. അദ്ദേഹം സാമ്പത്തികമായി പിന്നാക്കമുള്ള കുടുംബത്തിൽനിന്നാണ് വരുന്നത്. ആ കൂട്ടുകാരൻ, ഞങ്ങളുടെ നാട്ടിലെ വായനശാലയിൽ നാലഞ്ചുദിവസം വന്നിരുന്ന് കണക്കിന്റെ രഹസ്യം എനിക്കു പറഞ്ഞുതന്നു. കണക്കദ്ധ്യാപകർ എത്ര പണിപ്പെട്ടിട്ടും തലയിൽ കയറാത്ത സംഗതിയാണ് ആ കൂട്ടുകാരൻ വളരെ ലളിതമായി പറഞ്ഞുതന്നത്. അതുമൂലം എസ്.എസ്.എൽ.സിക്ക് എനിക്ക് കണക്കിന് 78 ശതമാനം മാർക്ക് കിട്ടി. ആ കൂട്ടുകാരൻ കണക്കിൽ പ്രൊഫസറാകുമെന്ന് ഞാൻ കരുതി. പക്ഷേ, പത്തിനപ്പുറം അദ്ദേഹത്തിന് പഠിക്കാനായില്ല. വീട്ടിലെ സാഹചര്യം അതായിരുന്നിരിക്കാം. ഏറെക്കാലമായി അപ്പുക്കുട്ടൻപിള്ളയെ കണ്ടിട്ട്.

അടൂരിലെ ഹൈസ്കൂൾ ജംഗ്ഷനിലെത്തിയപ്പോൾ ഉത്സാഹത്തോടെ അടൂർ സ്കൂൾ ഗേറ്റിലേക്ക് നടന്നു. പിന്നാലെ ബേബി. ഗേറ്റിൽ പിടിച്ചുകൊണ്ട് അദ്ദേഹം കഥ തുടർന്നു:

കസിൻമാരടങ്ങുന്ന വലിയൊരു ഗ്രൂപ്പ് ഇവിടെ പഠിക്കാനുണ്ടായിരുന്നു. അവിടെവച്ചാണ് ആർ.എൻ.ജി കമ്പനി കൂടുതൽ ഉഷാറാകുന്നത്. അവധി ദിവസങ്ങളിൽ രവീന്ദ്രനും നാരായണനും എന്റെ വീട്ടിലെത്തും. വടക്കുള്ള പറങ്കിമാവിൻ തോട്ടത്തിൽ ഞങ്ങൾ ചേക്കേറും: മൂന്നുപേരും മൂന്ന് പറങ്കിമാവിന്റെ ശിഖരത്തിൽ കയറി ഇരിപ്പുറപ്പിക്കും. അവിടിരുന്ന് എഴുത്താണ് പരിപാടി. കൃതി പൂർത്തിയാക്കുമ്പോഴോ വിശപ്പു വീഴുമ്പോഴോ ആകും നിലത്തിറങ്ങുക. നിലത്തിറങ്ങിയ ശേഷം രചന പരസ്പരം വായിച്ചുകേൾക്കും. വിമർശിക്കും.

ഹൈസ്കൂളിൽ വച്ച് നാടകത്തിന് നിരവധി സമ്മാനങ്ങൾ കിട്ടിയിട്ടുണ്ട് എനിക്ക്. ഒരു ഏകാങ്ക നാടകം ഓർമ്മ വരുന്നു. ടി. എൻ. ഗോപിനാഥൻ നായർ എഴുതിയതാണ്. ആ നാടകത്തിന് കിട്ടിയ സമ്മാനം ഗോപിനാഥൻ നായരുടെ പുസ്തകങ്ങളായിരുന്നു. വളരെ പിൽക്കാലത്ത് ഇടവേള' എന്ന പേരിൽ ടി. എൻ. ഒരു നാടകം എഴുതി. അതിനൊരു അവതാരിക വേണമെന്ന് എന്നോടു പറഞ്ഞു: എഴുതിക്കൊടുക്കണം. ഞാൻ

സമ്മതിച്ചു. എഴുതിയതുമായി ഒരു ദിവസം ഞാൻ അദ്ദേഹത്തിന്റെ വഴുതയ്ക്കാട്ടെ വീട്ടിലെത്തി. അപ്പോഴത് വായിച്ചുകേൾക്കണമെന്നായി ഗോപിനാഥൻനായർ. ഞാൻ വായിച്ചുതീർത്തപ്പോൾ അദ്ദേഹത്തിന്റെ സന്തോഷം പറഞ്ഞറിയിക്കാവുന്നതിലേറെയായിരുന്നു.

ഹൈസ്കൂളിൽവച്ച് എന്റെ വായന വിപുലമായി. മൂന്നു വായനശാലകളിൽ അംഗത്വമുണ്ടായിരുന്നു. ഒന്ന് തുവയൂർ തെക്ക് സത്യവാൻ ഗ്രന്ഥശാല. രണ്ട് തുവയൂർ വടക്ക് ഗ്രാമോദ്ധാരണ ഗ്രന്ഥശാല. മൂന്നാമത്തേത് ഹൈസ്കൂളിനോടു ചേർന്നുള്ള ഇ.വി. സ്മാരക വായനശാല. എന്റെ മൂത്ത സഹോദരൻ പന്തളം കോളേജിൽ പഠിക്കുന്നതിനാൽ പന്തളം കേരളവർമ്മ വായനശാലയിൽ നിന്നും പുസ്തകങ്ങൾ എടുത്തുകൊണ്ടുവരുമായിരുന്നു. അങ്ങനെ ഫലത്തിൽ നാലു വയാനശാലകളിലെ പുസ്തകം വീട്ടിലെത്തി. ഇതിൽ തുവയൂർ വടക്ക് ഗ്രാമോദ്ധാരണ ഗ്രന്ഥശാല ഞാൻ കൂടി അംഗമായ ഉത്സാഹക്കമ്മിറ്റി ഉണ്ടാക്കിയതാണ്. ഞങ്ങളുടെയൊക്കെ വീടുകളിലെ പുസ്തകശേഖരത്തിൽ നിന്നുള്ള സംഭാവനകളിൽ നിന്നാണ് വായനശാലയുടെ തുടക്കം.

അടൂരിനെയും ബേബിയെയും കണ്ട് അവിടെയും ആളുകൂടി. ലഹരിയുടെ തമാശയിൽ ഒരാൾവന്ന് അടൂരിനോട് പറഞ്ഞു: എന്റെ ഒരു ഫോട്ടോ എടുക്കണം. ആട്ടെ' എന്ന് അടൂർ പറഞ്ഞ് ചിരിച്ചു. അയാൾ പോയിക്കഴിഞ്ഞപ്പോൾ ബേബിയോട് വർത്തമാനം തുടർന്നു:

വീട്ടുകാരണവർ കൂടിയായ മൂത്ത അമ്മാവൻ മൗട്ടത്ത് ഗോപാലൻ ഉണ്ണിത്താന് മൂന്നിടത്ത് തിയേറ്ററുണ്ടായിരുന്നു ഏനാത്തും പറക്കോട്ടും അടൂരും. അടൂരിൽ പഴയ കച്ചേരിക്കടുത്തായിരുന്നു തിയേറ്റർ. എൻ. എസ്. എസ്സിന്റെ ഒരു ഹാൾ തിയേറ്ററാക്കി മാറ്റുകയായിരുന്നു. ഇപ്പോഴത് എൻ. എസ്. എസ്സിന്റെ ഓഡിറ്റോറിയമാണ്. മന്ത്രി അടൂർ പ്രകാശിന്റെ യമുന ഹോട്ടലിന് അടുത്തായി വരുമിത്. പറക്കോട്ടെ തിയേറ്റർ ചന്തയ്ക്കടുത്തായിരുന്നു. ഇപ്പോഴത് അടഞ്ഞുകിടക്കുന്നു. ആദ്യകാലത്ത് ഞാൻ സിനിമ കണ്ടിരുന്നത് ഇവിടെയാണ്. ഏനാത്തുണ്ടായിരുന്ന തിയേറ്റർ പിന്നീട് നിറുത്തി.

അക്കാലത്ത് ജനറേറ്റർ പ്രവർത്തിപ്പിച്ചാണ് സിനിമ പ്രദർശിപ്പിച്ചിരുന്നത്. സിനിമ കളിക്കുമ്പോൾ തിയേറ്ററിന്റെ പുറത്തുനിന്ന് ജനറേറ്ററിന്റെ കാതടപ്പിക്കുന്ന പ്രകമ്പനവുമുണ്ടാകും. പക്ഷേ, സിനിമയുടെ താത്പര്യത്തിൽ ആ ശബ്ദമെല്ലാം മാഞ്ഞുപോകും.

അന്ന് ഓരോ റീൽ കഴിയുമ്പോഴും ഇന്റർവെല്ലാണ്. ഒറ്റ പ്രൊജക്ടറിലാണ് അന്ന് സിനിമ കളിക്കുന്നത്. അതുകാരണം റീൽ പ്രൊജക്ടറിൽ ചുറ്റാൻ സമയം വേണം. രണ്ടു പ്രൊജക്ടർ വച്ച് കളിക്കുന്ന പരിപാടിയൊന്നും അന്നില്ല. അപ്പോൾ ഇന്റർവെൽ സമയത്താണ് സോഡ, നാരങ്ങാവെള്ളം, പാട്ടുപുസ്തകം, കപ്പലണ്ടി, ബീഡി, സിഗററ്റ്... എല്ലാം വരുന്നത്.

അന്നു നാട്ടുകാർ ചോദിക്കുന്നത് പടത്തിന് എത്ര എൻട്രീൽ' ഉണ്ടെന്നാണ്! ഇന്റർവെൽ ആണ് നാട്ടുകാരുടെ 'എൻട്രീൽ'! ഇന്റർവെൽ കൂടുന്നതനുസരിച്ച് പടത്തിന്റെ നീളവും കൂടും. കണ്ടിട്ടും കണ്ടിട്ടും തീരാത്തപോലെ ചില പടങ്ങൾ ഓടും. അങ്ങനെയൊരെണ്ണം ഓർമ്മ വരുന്നു - പറക്കോട് എസ്. ആർ.കെ. തിയേറ്ററിൽ കണ്ട പാതാള ഭൈരവി'. മൂന്നരമണിക്കൂറെങ്കിലും പടം ഓടിയിട്ടുണ്ടാവും.

ഇപ്പോൾ അടൂരിൽ രണ്ടു തിയേറ്ററുകളാണുള്ളത്. നയനവും ശ്രുതിയും. രണ്ടും അമ്മാവന്റെ ചെറുമകൻ വിജയൻ നടത്തുന്നു. അമ്മാവന്റെ തിയേറ്ററിൽനിന്നും ആദ്യമായി സിനിമ കണ്ടതുപോലെ ആദ്യമായി റേഡിയോ കേട്ടതും ഓർമ്മവരുന്നു.

അടൂർ നെല്ലിമുകൾ എന്ന സ്ഥലത്ത് അമ്മയുടെ മൂത്ത സഹോദരി താമസിച്ചിരുന്നു. ഞാൻ അവിടെവച്ചാണ് ആദ്യമായി റേഡിയോ കാണുന്നത്. നാഷണൽ എക്കോ റേഡിയോ ആയിരുന്നു അത്. അതിന് വലിയ ഒരു ഏരിയലുണ്ടായിരുന്നു. അതു വലിച്ചുകെട്ടുമായിരുന്നു. കാറിന്റെ ബാറ്ററി ഘടിപ്പിച്ചാണ് ആ റേഡിയോ പ്രവർത്തിപ്പിച്ചിരുന്നത്. പെട്ടിപോലെ വലുതാണ്.

അന്ന് ഞായറാഴ്ച റേഡിയോയിൽ ബാലലോകമുണ്ട്. അന്ന് വീരരാഘവൻ നായരൊക്കെ ആകാശവാണിയിലുണ്ട്. അതു കേൾക്കാൻ ഞാൻ പോകുമായിരുന്നു.

എഴുത്തും വായനയുമുള്ള ആളായിരുന്നു വല്യമ്മ. വല്യമ്മയും കുഞ്ഞമ്മാവനും എഴുതിയതൊക്കെ എനിക്ക് വായിക്കാൻ തരുമായിരുന്നു.

കണിയാരേത്ത് വീട്ടിൽ എല്ലാവരും നല്ല വായനക്കാരായിരുന്നു. ചിലപ്പോൾ എല്ലാവരും ഓരോ പുസ്തകമെടുത്ത് വയിച്ചുകൊണ്ടിരിക്കയാവും. പുറത്തുനിന്നുവരുന്ന ഒരാൾക്കത് വായനശാലയായി തോന്നാം.

അടൂർ ഹൈസ്കൂൾ ജംഗ്ഷനിൽ നിന്നും നേരെ പോയത് പള്ളിക്കൽ മേടയിൽ തറവാട്ടിലേക്കാണ്.

കാലുപിറന്ന' തറവാടാണ് മേടയിൽ. ഗൗരിക്കുഞ്ഞമ്മ ആറാമത്തെ മകനെ പ്രസവിച്ചത് ഈ തറവാട്ടിലാണ്. പിറവിയിൽ കാലാണ് ആദ്യം പുറത്തുവന്നത്. ഭൂമിയിലേക്ക് ചുവടുറപ്പിച്ചുകൊണ്ടെന്നപോലെ. അങ്ങനെ കാലു 'പിറന്ന വീടായി.'

വളരെ ഭംഗിയുള്ള, തലയുയർത്തിനിൽക്കുന്ന ഇരുനില മാളികയാണ് മേടയിൽ. നൂറ്റാണ്ടിനപ്പുറം പഴക്കമുണ്ട്. പിൽക്കാലത്ത് അതിന്റെ ഭംഗി പോയതിൽ വല്ലാത്ത വിഷമം തോന്നുന്നു. വീടിന്റെ വശങ്ങളിലേക്ക് മുഖപ്പിന്റെ രണ്ട് എടുപ്പുണ്ടായിരുന്നു. മരപ്പട്ടിയുടെ ശല്യം കാരണം അത് ഇളക്കിയശേഷം ആ ഭാഗം അങ്ങടച്ചു. ഇപ്പോൾ എടുപ്പില്ല. വീടിന്റെ തലയെടുപ്പായിരുന്നു അത്. കഥാപുരുഷൻ ചിത്രീകരിച്ചപ്പോൾ ഞാൻ നിശ്ചയിച്ചു, ആ ഭാഗം കാണിക്കേണ്ട.

മേടയിൽ തറവാട്

വില്ലുവണ്ടിയുള്ള തറവാടായിരുന്നു മേടയിൽ. ഒരു കാലഘട്ട ത്തിന്റെ വാഹനമായിരുന്നു അത്. നിഴൽക്കുത്തിന്റെ ചിത്രീകരണത്തിനു വേണ്ടി ഒരു വില്ലുവണ്ടി തിരക്കിനടന്നു. കേരളത്തിൽ അതു കാണാനിട യില്ലാത്തതുകൊണ്ട് നേരെ തമിഴ്നാട്ടിൽ അന്വേഷിച്ചു. എന്റെ അസിസ്റ്റന്റ് പറഞ്ഞു തിരുനെൽവേലിയിൽ ഒരിടത്തുണ്ടെന്ന്. അങ്ങനെ പോയി. കുട്ടി ക്കാലത്ത് സഞ്ചരിച്ച ഒരോർമ്മയേ ഉള്ളൂ വില്ലുവണ്ടിയെപ്പറ്റി.

കഥാപുരുഷന്റെ ചിത്രീകരണവേളയിലും ഒരു വില്ലുവണ്ടിക്കായി കേരളം മുഴുവൻ അലഞ്ഞുനടന്നു. ഒടുവിൽ ഹരിപ്പാട്ടു നിന്നു കിട്ടി. അതുപക്ഷേ, പൊളിഞ്ഞുകിടന്നതായിരുന്നു. അതു റിപ്പയർ ചെയ്ത് ചിത്രീകരിച്ചു. ഓടുന്ന പരുവമായിരുന്നില്ല. അതുകൊണ്ടാണ് നിഴൽ ക്കുത്തിനുവേണ്ടി സഞ്ചരിക്കുന്ന വില്ലുവണ്ടി തിരക്കിയിറങ്ങിയത്.

വാങ്ങിയപ്പോഴാണ് അറിയുന്നത് എല്ലാ കാളകളെയും വില്ലുവണ്ടിയിൽ കെട്ടില്ലെന്ന്. വില്ലുവണ്ടിയിൽ കെട്ടുന്നത് ചൊട്ടക്കാളയെയാണ്. മെലിഞ്ഞ്

സുന്ദരനായ കാളയാണ് ചൊട്ടക്കാള. കഴുത്തിൽ നുകമിരുന്ന് തഴമ്പു വന്ന കാളയുമാണത്. റോയൽ കാള. തമിഴകത്തെ ഒരു ഗ്രാമത്തിലുണ്ടായിരുന്നു. നിഴൽക്കുത്തിൽ കാണിക്കുന്നത് ആ കാളയും വണ്ടിയുമാണ്.

ചിത്രീകരണം കഴിഞ്ഞപ്പോൾ വില്ലുവണ്ടി ഞാൻ ആക്കുളത്തെ വീട്ടിലേക്ക് കൊണ്ടുവന്നു. കാളയെ വിട്ടു. കാളയ്ക്ക് പിന്നെ എന്തു സംഭവിച്ചു എന്നാലോചിച്ചാൽ കഷ്ടമാണ്.

കാറും ബസ്സും വരും മുമ്പ് വില്ലുവണ്ടിയായിരുന്നു ഏക ട്രാൻസ്പോർട്ട്. മുൻഭാരവും പിൻഭാരവുമൊക്കെ ബാലൻസ് ചെയ്താണ് വണ്ടിക്കാരൻ ആളെ കയറ്റുക. മുമ്പിൽ ഭാരം കൂടിയാൽ കാളയുടെ കഴുത്തിറുകും. പിന്നിൽ ഭാരമായാൽ കയറ്റം കയറുമ്പോൾ മറിയും.

ഞാൻ വില്ലുവണ്ടിയിൽ ഒരുപാട് യാത്ര ചെയ്തിട്ടുണ്ട്. വില്ലുവണ്ടിയിൽ മെത്തപോലൊരു സാധനം വിരിച്ചിട്ടുണ്ടാവും. അതിലാണ് ഇരിക്കേണ്ടത്.

മേടയിൽ തറവാട്ടിലെ വരാന്തയിൽ

വളഞ്ഞേ ഇരിക്കാനാകൂ. യാത്രക്കാർക്ക് കുലുക്കം തോന്നാതിരിക്കാൻ വില്ലുവണ്ടിയിൽ സ്പ്രിംഗ് ഘടിപ്പിച്ചിട്ടുണ്ടാവും. സാധാരണ കാളവണ്ടിയിൽ സ്പ്രിംഗ് ഉണ്ടാവില്ല. വില്ലുപോലെ വളഞ്ഞ സ്പ്രിംഗ് ഘടിപ്പിച്ചിരിക്കുന്നതിനാൽ വില്ലുവണ്ടിയായി. ആദ്യകാല കാറുകൾക്കും ഷോക്ക് അബ്സോർബറായി സ്പ്രിംഗ് ഘടിപ്പിച്ചിരുന്നു.

മേടയിൽ വീടിനടുത്തായി മുത്തച്ഛന്മാർ താമസിച്ചിരുന്നൊരു വീടുണ്ടായിരുന്നു - പുത്തൻവീട്. ഇപ്പോഴും അതിന്റെ ഒരു ഭാഗമുണ്ട്. അവിടെയുണ്ടായിരുന്ന കുളം മനസ്സിൽ വച്ചാണ് കഥാപുരുഷന്റെ തിരക്കഥ

എലിപ്പത്തായത്തിലെ അമ്മാവൻ

എലിപ്പത്തായത്തിലെ ഉണ്ണി എന്ന കഥാപാത്രവുമായി അല്പമൊക്കെ സാമ്യമുള്ള ഒരമ്മാവനുണ്ട് രാഘവൻ ഉണ്ണിത്താൻ അമ്മാവൻ. നാല് അമ്മാവൻമാരിൽ രണ്ടാമൻ. ജീവിതത്തിൽ ഒന്നും ചെയ്യാത്ത ആളായിരുന്നു ഈ അമ്മാവൻ. കർമ്മകുശലനായ മൂത്ത അമ്മാവന്റെ കുറ്റം കണ്ടുപിടിച്ച് പറയുകയായിരുന്നു ഇളയമ്മാവന്റെ ശരിക്കുള്ള ക്യാരക്ടർ. പുള്ളിയുടെ എൻഗേജ്മെന്റ് മുഴുവൻ അതിലായിരുന്നു. അവനവൻ ചെയ്യാനുള്ളത് മറന്ന് മറ്റുള്ളവരുടെ കുറ്റം കണ്ടെത്തുന്ന പ്രകൃതം. മൂത്ത അമ്മാവൻ ഗോപാലൻ ഉണ്ണിത്താൻ കർമ്മോത്സുകനായിരുന്നു.

എഴുതിയത്. ചിത്രീകരിക്കാൻ നോക്കുമ്പോൾ അതൊരു ചെറിയ കുളമാണ്. മനസ്സിലങ്ങനെ വലിയ കുളമായി ഓർമ്മ കിടന്നതാണ്. പള്ളിക്കൽ അമ്പലക്കുളത്തിലാണ് സിനിമ ചിത്രീകരിച്ചത്. പുത്തൻവീട്ടിലെ കുളത്തിലാണ് അമ്മയോടൊപ്പം കുളിക്കാൻ പോകുന്നത്. കുളികഴിഞ്ഞ് നേരെ പള്ളിക്കൽ ക്ഷേത്രത്തിൽ പോയി തൊഴും.

കഥകളിയുടെ ചരിത്രത്തിൽ പ്രാധാന്യമുള്ള തറവാടുകൂടിയാണ് പുതിയ വീടും മേടയിലും. തോപ്പിൽ കളിയോഗത്തിൽ അംഗമായി വന്ന ചെങ്ങന്നൂർ രാമൻപിള്ള ആശാൻ മേടയിൽ കളിയോഗത്തിലും ഉണ്ടായിരുന്നു. മൂത്ത അമ്മാവന്റെ കാലം വരെയേ തറവാട്ടിൽ കളിയോഗം ഉണ്ടായിരുന്നുള്ളൂ. അവസാനം കഥകളി അരങ്ങേറിയത് 'കെട്ടിടത്തിൽ' എന്ന തറവാട്ടിലായിരുന്നു. മൗട്ടത്തെ കൂട്ടുകുടുംബത്തിൽ നിന്ന് മരുമക്കത്തായമൊക്കെ കഴിഞ്ഞപ്പോൾ അമ്മാവൻ വച്ച വീടാണത്. ബന്ധുക്കളിൽ ഒന്നുരണ്ടുപേർ കഥകളി പഠിച്ചിരുന്നു.

കഥകളിപ്പാട്ടുരംഗത്തെ പ്രഗല്ഭരായിരുന്നു ഇറവങ്കര സഹോദരന്മാർ. ഇതിൽ ഇറവങ്കര നീലകണ്ഠൻ ഉണ്ണിത്താൻ പിൽക്കാലത്ത് ബന്ധുവായി. വീട്ടിൽ വരുമ്പോൾ അമ്മ പറയും: ഒന്നു പാടിയേ. അപ്പോൾ അദ്ദേഹം പാടും.

ചെങ്ങന്നൂർ രാമൻപിള്ള ആശാനും വീട്ടിലെ സ്ഥിരം കലാകാരനായിരുന്നു. കാലങ്ങൾക്കുശേഷം ഞാൻ ഡോക്യുമെന്ററി എടുക്കാൻ ചെന്നപ്പോൾ രാമൻപിള്ള ആശാൻ പറഞ്ഞു: ആ കുടുംബത്തിൽനിന്ന് ഞാൻ ബന്ധപ്പെട്ട മൂന്നാം തലമുറക്കാരനാണല്ലോ.

എന്റെ അപ്പൂപ്പന്മാരെപ്പറ്റിയുള്ള ഒരുപാട് രസകരമായ കഥകൾ അന്ന് അദ്ദേഹം എന്നോടു പറഞ്ഞു. ഞാൻ കാണുമ്പോൾ അദ്ദേഹത്തിന് 90 വയസ്സായിരുന്നു. പക്ഷേ, ഓർമ്മകൾക്ക് നല്ല തിളക്കമായിരുന്നു.

കഥകളി എല്ലാം തികയുന്ന കലയാണ്. നൃത്തം, അഭിനയം, നാടകം, സംഗീതം, വാദ്യം, വേഷം, ചമയം എല്ലാമുണ്ട്.

നാട്ടുകാരുടെ ഇടയിൽ വലിയ മതിപ്പുമുണ്ടായിരുന്നു. നാട്ടുകാരെ സഹായിക്കാൻ മുന്നിട്ടിറങ്ങി സ്നേഹാദരം നേടിയ ആളുമായിരുന്നു. കലകളുടെ പേട്രണുമായിരുന്നു.

രാഘവൻ അമ്മാവനാകട്ടെ ഇന്റർമീഡിയററ് കഴിഞ്ഞ് പഠിക്കാൻ പോയില്ല. ആ സമയത്ത് ഒരു ജോലി കിട്ടിയപ്പോൾ നമ്മുടെ അന്തസ്സിനു ചേർന്നതല്ലെന്നു പറഞ്ഞ് ജോലിക്ക് പോയതുമില്ല. എന്നിട്ട് ജീവിതം മുഴുവൻ വെറുതെയിരുന്നു. അദ്ദേഹത്തിൽ നിന്നും പ്രചോദനം നേടിയതാണ് ഉണ്ണി എന്ന കഥാപാത്രം. എന്നാൽ അതുപോലെ ഇളക്കി പ്രതിഷ്ഠിച്ചിരിക്കുകയല്ല. എലിപ്പത്തായത്തിലെ ഉണ്ണി പരിചയമുള്ള പല കഥാപാത്രങ്ങൾ ഉൾചേർന്നതാണ്.

കഥകളിയുടെ മുൻഗാമിയാണ് കൂടിയാട്ടം. കഥകളിയുടെ മേൽ ഏറെ സ്വാധീനം ചെലുത്തിയ കലാരൂപം കൂടിയാണ്. മഹത്തായ കലാരൂപമാണ് കൂടിയാട്ടം. എങ്കിലും കഥകളിയുടെ സമ്പൂർണ്ണത മറ്റൊരു കലാരൂപത്തിനും അവകാശപ്പെടാനില്ല.

അമ്മയുടെ മടിയിലിരുന്നാണ് ആദ്യം കഥകളി കാണുന്നത്. അന്ന് അമ്മ എനിക്ക് നേരിട്ടൊന്നും പറഞ്ഞുതന്നിരുന്നില്ല. എന്നാൽ കഥകളി കാണാൻ കൂടിയ വീട്ടിലെയും അയൽപക്കത്തെയും പെണ്ണുങ്ങളോട് അമ്മ കഥയും സന്ദർഭവുമൊക്കെ പറഞ്ഞുകൊടുക്കുന്നത് കേട്ടിട്ടുണ്ട്. അതുവഴിയാണ് എന്റെ ആസ്വാദനവും വളരുന്നത്.

മേടയിൽ വീട്ടിൽവച്ച് ഗോവണി തകർന്നുവീണ് തോളെല്ലു പൊട്ടി പരിക്കേറ്റ അമ്മയെ ആശുപത്രിയിലേക്ക് കൊണ്ടുവരാനായി അമ്മാവൻ കാറയച്ചു. ഫോർഡ് കാറാണ്. അമ്മയെ കയറ്റി കുറച്ചുദൂരം നീങ്ങിയപ്പോൾ അത് ബ്രേക്ക്ഡൗണായി. ഞാനും അമ്മയുടെ ഒപ്പമിരിപ്പുണ്ട്.

പറക്കോട് ചന്തയിൽ

പിന്നെ അടൂരിൽ നിന്നോ മറ്റോ ഒരു ലോറി കൊണ്ടുവന്ന് വടംകൊണ്ട് കെട്ടിവലിച്ചാണ് കാർ കൊണ്ടുപോയത്. ഞങ്ങൾ മറ്റൊരു കാറിൽ തിരുവനന്തപുരത്തേക്ക് പോന്നു.

രണ്ടുവർഷത്തോളം തിരുവനന്തപുരത്ത് ജനറൽ ആശുപത്രിയിൽ ചികിത്സയിലായിരുന്നു അമ്മ. ആ സമയം ഞാൻ മൗട്ടത്ത് കൂട്ടുകുടുംബത്തിലാണ്. ശരിക്കും അനാഥനായി. കാരണം ആരും എന്നെ നോക്കാനില്ല. അല്ലെങ്കിൽത്തന്നെ അന്നൊക്കെ കുട്ടികളെ നോക്കാൻ ആർക്കാണ് നേരം! അന്നൊക്കെ കുട്ടികൾ അടുക്കളയിൽ ചെന്ന് വേണ്ടത് വാങ്ങിച്ചു തിന്നോണം. അത്രയേയുള്ളൂ.

പിന്നീടും അമ്മയുടെ ചികിത്സയ്ക്കായി തിരുവനന്തപുരത്തു വന്നിട്ടുണ്ട്. അമ്മയ്ക്ക് കാൻസർ ചികിത്സ തിരുവനന്തപുരം മെഡിക്കൽ കോളേജ് ആശുപത്രിയിലായിരുന്നു. 1958'59ൽ കാൻസർ ചികിത്സയ്ക്കായി വരുമ്പോൾ ഞാൻ മധുര ഗാന്ധിഗ്രാമിൽ പഠിക്കുകയാണ്. അന്ന്

ആശുപത്രിയിൽ കാൻസർ വാർഡ് ഉണ്ടായിരുന്നു. ഓരോ ആഴ്ചയും അമ്മയെ കാണാൻ ഞാൻ വരുമായിരുന്നു. അന്ന് മധുരയിൽ നിന്ന് ആര്യങ്കാവ്, പുനലൂർ വഴി കൊല്ലത്തേക്കാണ് നേരിട്ട് തീവണ്ടി.

അന്ന് കാൻസറിന് കാര്യമായ ചികിത്സയൊന്നുമില്ലല്ലോ. 'ലൈറ്റടിക്കുക' എന്ന് നാട്ടുകാർ പറയുന്ന റേഡിയേഷനാണ് ആകെയുള്ള ചികിത്സ. പക്ഷേ, നല്ലൊരു ഡോക്ടറുണ്ടായിരുന്നു - ഡോ. ജോസഫ്. അദ്ദേഹം വീട്ടിലേക്ക് കത്തെഴുതുമായിരുന്നു. ഇന്ന ദിവസം വന്നു കാണണമെന്നു പറഞ്ഞ്. അന്ന് അത്രയ്ക്ക് രോഗികളേയുള്ളൂ. മാത്രമല്ല, രോഗികളുമായി ഡോക്ടർക്ക് നല്ല ബന്ധവുമാണ്. അന്ന് ദൈവത്തെപ്പോലെയാണ് ഡോക്ടർ.

അച്ഛൻ ഏറെക്കാലവും ജോലിസ്ഥലത്തായിരിക്കും. വനംവകുപ്പിൽ റേഞ്ച് ഓഫീസറായിരുന്ന അച്ഛൻ തമിഴ്നാട്ടിലെ കുലശേഖരത്തും ചെങ്കോട്ടയിലും ഹരിപ്പാടിനടുത്ത് വീയപുരത്തുമൊക്കെ ജോലി ചെയ്തത് എന്റെ ഓർമ്മയിലുണ്ട്. അവിടൊക്കെ ഞങ്ങൾ പോയി താമസിച്ചിരുന്നു.

വീയപുരം വനംവകുപ്പിന്റെ ഡിപ്പോയാണ്. അച്ചൻകോവിലാറ്റിലൂടെ ഒഴുക്കിവിട്ടാണ് അവിടെ തടി എത്തിക്കുന്നത്. തടികൾ കൂട്ടിക്കെട്ടി ചങ്ങാടമാക്കി ഒഴുക്കി വിടും. വീയപുരത്ത് വരുമ്പോൾ പിടിച്ച് കരയ്ക്കു കയറ്റും. അച്ഛന്റെ ക്വാർട്ടേഴ്സ് ദ്വീപുപോലെ ഒരു സ്ഥലത്തായിരുന്നു. ചുറ്റും പുഴ ഒഴുകുകയാണ്. അതിനടുത്ത് ഒരു അയ്യപ്പക്ഷേത്രമുണ്ടായിരുന്നു. അവിടത്തെ ശാന്തിക്കാരൻ കൊതുമ്പുവള്ളത്തിലാണ് വരുന്നത്. ഒരാളിരുന്നാൽ പിന്നെ വള്ളം കാണില്ല, ആളിനെ മാത്രമേ കാണൂ. അതാണ് കൊതുമ്പുവള്ളം. പോറ്റി അതിരാവിലെ കൊതുമ്പുവള്ളത്തിൽ വരും. ഒറ്റനോട്ടത്തിൽ വെള്ളത്തിനു മുകളിലൂടെ ഇരുന്നൊരാൾ ഒഴുകിവരുന്നതായേ തോന്നൂ.

ഇവിടെ അങ്ങനെ ഒരാളുണ്ടോന്നു ചോദിച്ചാ

എന്റെ സിനിമയിലെ സംഭാഷണം അടൂർ പ്രദേശത്തുകാരുടെ ശൈലിയിലാണ്. കഥാപുരുഷനൊക്കെയാകുമ്പോൾ മേടയിൽ വീടിനു ചുറ്റുമുള്ള തനിനാടൻ സംഭാഷണശൈലിയാണ്. 'അങ്ങനെ ആന്നേ...', 'വന്നാരുന്നേ', 'കണ്ടാരുന്നേ', 'പോയാരുന്നേ' തുടങ്ങിയവ. 'ആന്നു' എന്നു പറയാതെ ബഹുമാനപൂർവ്വം 'ആന്നേ' എന്നുച്ചരിക്കുന്ന രീതി. കൊച്ചാട്ടൻ എന്നൊരു പ്രയോഗവുമുണ്ട്. ചേട്ടനാണ് കൊച്ചാട്ടൻ. അതു പ്രയോഗിച്ചു പ്രയോഗിച്ച് കൊച്ചാടൻ വരെയാകും.

കടമ്മനിട്ട രാമകൃഷ്ണനെ നാട്ടിൽ വിളിക്കുന്നത് കൊച്ചാട്ടൻ എന്നായിരുന്നല്ലോ. ഒക്കത്തില്ല, പറ്റത്തില്ല തുടങ്ങിയ വാക്കുകളും അടൂർ ▶

കുലശേഖരത്തും ഞാനും അമ്മയും പോയി താമസിച്ചിട്ടുണ്ട്. കന്യാകുമാരിയിലേക്കുള്ള മാർഗ്ഗമദ്ധ്യേയാണ് കുലശേഖരം.

'മൂലഭൂപൻ കോതയാറ്റിൽ
തിത്തിത്താ തിത്തെയ്
മൂലഭൂപൻ കോതയാറ്റിൽ
അണകെട്ടി തിത്തിത്താ തെയ്'

ഇങ്ങനെയൊരു പാട്ടുണ്ടായിരുന്നു അന്ന്. ശ്രീമൂലം തിരുനാളിന്റെ കാലത്താണ് കോതയാറ്റിൽ അണകെട്ടുന്നത്. തമിഴ്നാട്ടിലെ പേച്ചിപ്പാറ അണക്കെട്ടാണിത്. നാഞ്ചിനാട്ടിലെ കൃഷിസമൃദ്ധിയുടെ കാരണം ഇതാണ്.

(പേച്ചിപ്പാറ ഡാമിന്റെ നിർമ്മാണത്തിൽ എം.എ.ബേബിയുടെ കുടുംബത്തിന് ബന്ധമുണ്ട്. അത് പിന്നാലെ പറയുന്നു. തോപ്പിൽ ഭാസി പുതിയ ആകാശം പുതിയ ഭൂമി എന്ന നാടകം എഴുതിയത് ഈ ഡാമിന്റെ നിർമ്മാണത്തെ ആസ്പദമാക്കിയാണെന്ന് പറയുന്നു.)

അച്ഛന് ചെങ്കോട്ടയിൽ ജോലിയുള്ളപ്പോൾ എനിക്കൊരു പേരു വീണു ഗോപാലി. വീട്ടുജോലിക്കാരായ തമിഴത്തികൾ എനിക്കിട്ട പേര് പിന്നീടങ്ങ് ഉറച്ചു. വീട്ടുകാരൊക്കെ എന്നെ ഇന്നും ഗോപാലി എന്നാണ് വിളിക്കുന്നത്. ഞാൻ വിചാരിച്ചു എനിക്കു മാത്രമേ ഈ വിചിത്ര പേര് കാണൂ എന്ന്. എന്നാൽ തമിഴ്നാട്ടിൽ സാധാരണമാണ്. എസ്. ഗോപാലി എന്ന പേരിൽ മദ്രാസിൽ പ്രശസ്തനായ ഒരു നാടക പ്രവർത്തകനുണ്ട്. എന്റെ സുഹൃത്താണ് അദ്ദേഹം.

ഇടയ്ക്ക് ഒരു കാലമായപ്പോൾ അച്ഛനും അമ്മയും തമ്മിൽ നിരന്തരം പിണങ്ങാൻ തുടങ്ങി. ആ സമയത്ത് അമ്മ മക്കളെ കൂട്ടി കണിയാരേത്തുനിന്ന് മേടയിൽ തറവാട്ടിലേക്കു പോകും. കുറച്ചുനാൾ

ദേശത്തിന്റെ സ്വന്തമാണ്. മുഖാമുഖത്തിൽ വെമ്പായം തമ്പി നീട്ടിപ്പറയുന്ന, 'ഇവിടെ അങ്ങനെ ഒരാളുണ്ടോന്നു ചോദിച്ചാ' എന്ന ശൈലിയൊക്കെ അടൂർക്കാർക്ക് സ്വന്തമാണ്.

മലയാള സിനിമയിൽ ഇടക്കാലത്ത് ഷൊർണ്ണൂരിൽ എവിടെയോ ഉള്ള ആളുകളുടെ വർത്തമാനമായിരുന്നല്ലോ. 'ഇല്യ കുട്ട്യേ...' തുടങ്ങിയവ. അതൊക്കെ അന്നാട്ടിൽ അങ്ങനെതന്നെ പറയുന്നു എന്നു കരുതി എഴുതിപ്പിടിപ്പിക്കുകയും ചെയ്തു. പറയുന്നതും എഴുതുന്നതും തെറ്റി.

എം.ടി. എഴുതുന്നതിലോ മറ്റോ ഉള്ളൂ അത് ശരിയായിട്ട്. അതാണ് സംഭാഷണത്തിന്റെ ഫാഷൻ എന്നു പലരും കരുതി. ഒ.എൻ.വി സാർ ഒരിക്കൽ പറഞ്ഞു 'ഇല്യ' എന്നതുപോലെ 'അല്യ' എന്നു കാച്ചാൻ തുടങ്ങി!

അവിടെ കഴിഞ്ഞശേഷമാകും കണിയാരത്തേക്കു വീണ്ടും വരിക. പിണങ്ങിയാലും ഇല്ലെങ്കിലും ഇങ്ങനെയൊരു ട്രിപ്പ് ഇടയ്ക്കിടയുണ്ടാകും.

കണയാരേത്തു നിന്നും പള്ളിക്കലെ മേടയിലേക്ക് സാമാന്യം നല്ല ദൂരമുണ്ടെങ്കിലും നടന്നാണ് പോകുക.

'പള്ളിക്കൽ പോണേൽ

പകലേ പോണം.'

എന്നൊരു പാട്ടൊക്കെ അന്നുണ്ടായിരുന്നു. നെല്ലിമുകൾ, പാറക്കൂട്ടം വഴി ഒരു കുറുക്കുവഴി ഉണ്ടായിരുന്നു.

പള്ളിക്കൽ ഉത്സവത്തിന് നിർബന്ധമായി പോയിരുന്നു. 10 ദിവസമാണ് ഉത്സവം. കൊടിയേറ്റത്തിനു തന്നെ ഞങ്ങൾ മേടയിലെത്തും.

ഞാൻ ഫിലിം ഇൻസ്റ്റിറ്റ്യൂട്ടിൽ ചേർന്ന 1962ലാണ് അമ്മ മരിച്ചത്. ടെലഗ്രാമിലൂടെയാണ് വിവരമറിയുന്നത്. അന്നുതന്നെ പുറപ്പെട്ടു. മൂന്നാം ദിവസം ഇവിടെ വന്നപ്പോഴേക്കും എല്ലാം കഴിഞ്ഞിരുന്നു. അവസാനമായി അമ്മയെ കാണുന്നത് ആറുമാസം മുമ്പാണ് പൂനയ്ക്കു പോകുമ്പോൾ. അമ്മയ്ക്ക് തീരെ വയ്യാതിരിക്കുമ്പോൾ ഇത്രദൂരെ പഠിക്കാൻ പോകുന്നത് എന്നിൽ ആശയക്കുഴപ്പമുണ്ടാക്കിയിരുന്നു. പക്ഷേ, അമ്മ പെട്ടെന്ന് മരിക്കുമെന്നൊന്നും കരുതിയില്ല. 1984ലാണ് അച്ഛന്റെ മരണം. അടൂർ കണിയാരേത്തു വീട്ടിൽ വച്ചായിരുന്നു.

പത്താംക്ളാസിനു ശേഷമുള്ള കഥ എങ്ങനെയായിരുന്നു എന്നു ബേബി ചോദിച്ചപ്പോൾ അടൂർ തുടരുന്നു.

എസ്.എസ്.എൽ.സിക്ക് എനിക്ക് നല്ല മാർക്കുണ്ടായിരുന്നു. പ്രത്യേകിച്ച് കണക്കിന്. നേരത്തെ പറഞ്ഞ സുഹൃത്തിന്റെ സഹായംകൊണ്ടാണ് അത്രയും മാർക്ക് കിട്ടിയത്. ഫസ്ററ് ക്ളാസിന് ആറേഴു മാർക്കിന്റെ വ്യത്യാസമേയുള്ളൂ. അന്ന് ഫസ്ററ് ക്ളാസ് അത്യപൂർവ്വമാണ്. ഞങ്ങൾ താമസിക്കുന്ന തുവയൂർ തെക്കുനിന്ന് എസ്.എസ്.എൽ.സി പരീക്ഷ എഴുതിയ 17 പേരിൽ ജയിച്ചത് ഞാൻ മാത്രമാണ്. അപ്പോൾത്തന്നെ എനിക്ക് ഖ്യാതിയായി. എസ്. എസ്. എൽ.സി. ഒന്നു കടന്നുകിട്ടണേ എന്നു വിചാരിച്ചാണ് കണക്ക് ഉത്സാഹത്തോടെ പഠിച്ചത്. ഇന്റർമീഡിയറ്റ് അഡ്മിഷന് പന്തളം കോളേജിൽ ചെന്നപ്പോൾ കണക്കിന്റെ മാർക്ക് കണ്ട് പ്രിൻസിപ്പൽ രാമയ്യർ പറഞ്ഞു: വി വിൽ ഗിവ്‌യുദ ഫസ്റ്റ് ഗ്രൂപ്പ്!

ഞാൻ അടിമുടി ഞെട്ടിവിറച്ചു.

കാരണം ഇതു പോക്കുതന്നെ!

രക്ഷാകർത്താവായിരുന്ന മൂത്ത അമ്മാവനോട് എല്ലാ ധൈര്യവുമെടുത്ത് പറഞ്ഞു: എനിക്ക് ഡോക്ടർ പരീക്ഷയ്ക്ക് പഠിക്കാനാണ് ആഗ്രഹം.

ഇക്കാര്യം അമ്മാവൻ പ്രിൻസിപ്പലിനോടു പറഞ്ഞു. അങ്ങനെ സെക്കന്റ് ഗ്രൂപ്പ് കിട്ടി. കണക്കിൽ നിന്നും രക്ഷപ്പെട്ടു. പക്ഷേ, പിന്നീട് ഞാൻ മനസ്സിലാക്കി നമ്മുടെ ജീവിതം മുഴുവൻ ഏറ്റവും ആവശ്യമുള്ളത്

കണക്കാണെന്ന്. ഗുണനപ്പട്ടികയൊക്കെ മനപ്പാഠമായതിന്റെ ഗുണം ഇന്നുമുണ്ട്. ഇപ്പോഴത്തെ പിള്ളാർക്ക് മനപ്പാഠമില്ല, അവർക്ക് കാൽക്കുലേറ്ററിൽ വിരലമർത്താനേ അറിയൂ! ഇന്റർ മീഡിയറ്റ് കഴിഞ്ഞ് പന്തളത്തു തന്നെ ബി.എസ്സിക്ക് ചേർന്നെങ്കിലും അതു പൂർത്തിയാക്കാതെ മധുര ഗാന്ധിഗ്രാമിൽ പഠിക്കാൻ പോയി.

മധുരയിലെ പഠനമൊക്കെ കഴിഞ്ഞപ്പോൾ നാഷണൽ സാമ്പിൾ സർവ്വേയിൽ ഇൻവെസ്റ്റിഗേറ്ററായി ജോലി കിട്ടി. ഒന്നരക്കൊല്ലം ആ പണിയെടുത്തു. ജോലിയുടെ ഭാഗമായി കേരളം മുഴുവൻ യാത്ര ചെയ്തിട്ടുണ്ട്. അന്ന് നല്ല ശമ്പളമായിരുന്നു 450 രൂപ. അതുകൊണ്ടുതന്നെ തുടക്കത്തിൽ ഉത്സാഹവുമായിരുന്നു. പിന്നെപ്പിന്നെ മടുത്തു. ഒന്നരക്കൊല്ലമായപ്പോൾ മതിയായി. പ്രത്യേകിച്ച് തൃപ്തി തരുന്ന ജോലിയൊന്നുമല്ലല്ലോ. വിടാൻ തീരുമാനിച്ചു. ഇനി എന്തെങ്കിലും ഉന്നതപഠനത്തിനു പോകാമെന്ന് ആഗ്രഹിച്ചു. അങ്ങനെ നോക്കുമ്പോഴാണ് ഫിലിം ഇൻസ്റ്റിറ്റ്യൂട്ടിന്റെ പരസ്യം കാണുന്നത്.

ചെങ്ങന്നൂരിൽ ഒരു ചായക്കടയിൽ വച്ചാണ് പത്രത്തിൽ ആ പരസ്യം കാണുന്നത്. 1961ലാണ്. ആ വർഷമാണ് ഇൻസ്റ്റിറ്റ്യൂട്ട് തുടങ്ങിയത്. രണ്ടാം ബാച്ചിന്റെ പ്രവേശനത്തിന്റെ പരസ്യമാണ് ഞാൻ കാണുന്നത്. സ്ക്രീൻ പ്ളേ റൈറ്റിംഗ് ആൻഡ് ഡയറക്ഷൻ എന്നായിരുന്നു കോഴ്സിന്റെ പേര്. ഞാൻ വിചാരിച്ചു, പ്ളേ റൈറ്റിംഗിൽ നിന്ന് വലിയ വ്യത്യാസം ഒന്നുമില്ലാത്തതാകും സ്ക്രീൻ പ്ളേ റൈറ്റിംഗ്. ആ താത്പര്യത്തിലാണ് നേരു പറഞ്ഞാൽ ഞാൻ അപേക്ഷ അയച്ചത്. ആ അപേക്ഷ അവർ നിരസിച്ചു. ഗാന്ധിഗ്രാമിലെ ഡിപ്ളോമ ബിരുദത്തിനു തുല്യമല്ലെന്ന് ചൂണ്ടിക്കാട്ടിയായിരുന്നു അത്. എന്നാൽ ഗാന്ധിഗ്രാം ഡിപ്ളോമ ബിരുദത്തിന് തുല്യമാണെന്ന ഇന്ത്യാ ഗവൺമെന്റിന്റെ ഉത്തരവിന്റെ പകർപ്പുവച്ച് ഞാൻ കത്തെഴുതിയപ്പോൾ താത്കാലികമായി പരീക്ഷ എഴുതാനും ഇന്റർവ്യൂവിനിരിക്കാനും അനുവദിച്ചു.

അന്ന് പ്രവേശനപരീക്ഷ പൂനയിൽ മാത്രമേ ഉള്ളൂ. അവിടെപ്പോയി താമസിച്ച് പരീക്ഷ എഴുതി. മൂന്നാം ദിവസം ഫലം വന്നു. പട്ടികയിൽ ഞാനുണ്ട്. തുടർന്ന് ഇന്റർവ്യൂ. കെ.എ. അബ്ബാസും കൂട്ടരുമാണ് ഇന്റർവ്യൂ നടത്തിയത്. കേരളത്തിലെ എഴുത്തുകാരെപ്പററിയൊക്കെ അദ്ദേഹം ചോദിച്ചതിന് വളരെ വ്യക്തമായി ഞാൻ മറുപടി പറഞ്ഞിരുന്നു. അത് അദ്ദേഹത്തിന് ഇഷ്ടപ്പെട്ടുവെന്നു മനസ്സിലായി. പിറേറദിവസം റിസൽറ്റ് ഇട്ടു. പട്ടികയിൽ ഏററവും മുകളിൽ ഞാനുണ്ട്. ഫസ്റ്റ് റാങ്ക്. അന്ന് ഇൻസ്റ്റിറ്റ്യൂട്ടിൽ ഒരു സ്കോളർഷിപ്പേയുള്ളൂ, എല്ലാ കോഴ്സിനും കൂടി. അത് എനിക്കുതന്നെ കിട്ടി. മാസം 75 രൂപ. നാട്ടിൽ 450 രൂപ ശമ്പളമുണ്ടായിരുന്നു. അതെന്തായാലും 75 രൂപ വലിയ കാര്യമായി. അന്ന്

ഒരു മാസം കഴിയാൻ 150 രൂപ മതി. അത് വീട്ടിൽ നിന്നും സഹോദരൻ അയച്ചുതരുമായിരുന്നു. പൂനയിൽ അഡ്മിഷൻ കിട്ടിയപ്പോൾ അവിടെ വച്ച് ഞാൻ ജോലി രാജിവച്ച വിവരം അറിയിച്ച് നാഷണൽ സാമ്പിൾ സർവ്വേ ഡയറക്ടർക്ക് കത്തെഴുതി.

ഇൻസ്റ്റിറ്റ്യൂട്ടിൽ ആദ്യത്തെ ഒരുവർഷം മുഴുവൻ ഞാൻ വായിച്ചത് നാടകങ്ങളായിരുന്നു. ഒരു കൊല്ലം കഴിഞ്ഞപ്പോഴാണ് നാടകത്തിൽ നിന്നും മെല്ലെ സിനിമയിലേക്ക് വന്നത്. പിന്നീട് തീരുമാനിച്ചു, രണ്ടും കൂടി ഒന്നിച്ചുപററില്ല. അതുകൊണ്ട് നാടകം ഉപേക്ഷിച്ചു.

സിനിമ എടുക്കുമ്പോൾ മാത്രമല്ല അല്ലാത്തപ്പോഴും വേറൊന്നും ചെയ്യേണ്ടെന്ന് തീരുമാനിച്ചു. പൂനയിൽ നിന്ന് നേരെ തിരിച്ചുവന്നത് തിരുവനന്തപുരത്തേക്കാണ്. മധുരയിലെ സഹപാഠി കുളത്തൂർ ഭാസ്കരൻനായരും മററു കമ്പനികളും അവിടെയായിരുന്നല്ലോ. ഞാനും സിനിമയുമായി ഒരു ബന്ധമുണ്ടാകുമെന്ന് സ്വപ്നത്തിൽപ്പോലും കരുതിയില്ല. എനിക്ക് താത്പര്യം നാടകമായിരുന്നു. നിരന്തര സമ്പർക്കമുള്ളത് കഥകളിയുമായിട്ടാണ്. അതുകൊണ്ട് സിനിമ നമ്മളുമായി ബന്ധമുള്ള ഒന്നായിരുന്നില്ല.

തിരുവനന്തപുരത്തുനിന്ന് യാത്ര തുടങ്ങുമ്പോൾ ഡ്രൈവിംഗ് സീറ്റിലിരുന്ന അടൂരിനെ നോക്കി ബേബി പറഞ്ഞു: ഞാൻ ഡ്രൈവിംഗ് പഠിച്ചിട്ടില്ല. ബററിയാണ് ഡ്രൈവർ.

അടൂർ : ഞാൻ വളരെ ചെറുപ്പത്തിലേ വാഹനങ്ങൾ ഓടിക്കാൻ പഠിച്ചു. പന്ത്രണ്ടു വയസ്സായപ്പോൾ സൈക്കിൾ. പിന്നെ സ്കൂട്ടർ. ശംഖുമുഖത്തുവച്ച് സ്കൂട്ടർ പഠിപ്പിച്ചത് കരമന ജനാർദ്ദനൻനായരാണ്. എന്റെ സഹോദരൻ ബുക്ക് ചെയ്ത സ്കൂട്ടർ എട്ടുകൊല്ലം കഴിഞ്ഞാണ്

നിശ്ശബ്ദതയും പെണ്ണിന്റെ മണവും

അടൂർ: വടക്കടത്തുകാവ് സ്കൂൾ ഒരു ഹാളായിരുന്നു. അഞ്ചും ആറും ഏഴും ക്ലാസുകൾ മറയില്ലാതെ ഒറ്റനിരയിൽ. ബഞ്ചിന്റെ അകലം മാത്രമേയുള്ളൂ. ഓരോ ക്ലാസിലെ ബഹളവും എല്ലായിടത്തും എത്തും. ശ്രദ്ധ, ഏകാഗ്രത എന്നിവയെപ്പറ്റി പഠിപ്പിച്ച കാലം കൂടിയായിരുന്നു അത്. നമ്മുടെ ക്ലാസിലെ സാറു പഠിപ്പിക്കുന്നതു മാത്രമേ ശ്രദ്ധിക്കാവൂ എന്നാണ് ശാസന. എന്നാൽ തൊട്ടടുത്ത കോലാഹലത്തിനിടയിലാണ് സ്വന്തം ക്ലാസിൽ ശ്രദ്ധിക്കുന്നത്. അത് വലിയൊരു പാഠമാണ്. അതായത് ശബ്ദകോലാഹലങ്ങൾക്കിടയിൽ നിന്ന് നമുക്ക് ആവശ്യമുള്ളതു മാത്രം സ്വീകരിക്കാൻ മനസ്സിനെ പരിശീലിപ്പിക്കുന്ന പരിപാടി.

ഇപ്പോൾ ആലോചിച്ചപ്പോൾ തോന്നുന്നു, പ്രകൃതിയിലും അതല്ലേ നടക്കുന്നത്. ചുറ്റും എത്രയെത്ര ശബ്ദങ്ങൾ. അതിൽ നമുക്ക് ആവശ്യമുള്ളതല്ലേ സ്വീകരിക്കുന്നുള്ളൂ. ബാക്കി ശബ്ദങ്ങളെല്ലാം നാം പിന്നിലേക്ക്

കിട്ടുന്നത്. ചിത്രലേഖ തുറന്ന കാലമാണ്. അപ്പോഴേക്കും അദ്ദേഹത്തിന് അത് ആവശ്യമില്ലാതായി. പന്തളം കോളേജിൽ അദ്ധ്യാപകനായിരുന്ന അദ്ദേഹം കാമ്പസിനടുത്തുതന്നെ താമസമായി. അപ്പോൾ അദ്ദേഹം പറഞ്ഞു, സ്കൂട്ടർ നീയെടുത്തോ. അങ്ങനെയാണ് സ്കൂട്ടർ പഠിക്കാൻ തുടങ്ങിയത്.

എന്നെ പിന്നിലിരുത്തിയാണ് കരമന ജനാർദ്ദനൻനായർ ശംഖുമുഖത്തിന് സ്കൂട്ടർ ഓടിച്ചുപോയത്. ഒരു മണിക്കൂർ കഴിഞ്ഞ് ഞാൻ തിരിച്ചുവന്നത് കരമനയെ പിന്നിലിരുത്തി. അത്രനേരമേ വേണ്ടിവന്നുള്ളൂ!

ബേബി : മന്ത്രിയായിരുന്നപ്പോൾ എന്റെ വണ്ടിനമ്പർ 13 ആയിരുന്നല്ലോ. അത് അഞ്ചുവർഷം അപകടം കൂടാതെ തിരിച്ചേൽപ്പിക്കാൻ ഞാൻ പണിപ്പെട്ടു. മറ്റു വണ്ടികളൊക്കെ അപകടത്തിൽപ്പെടുന്നുണ്ട്. പക്ഷേ, 13 അപകടത്തിൽപ്പെട്ടാൽ അതല്ലേ വാർത്ത!

അടൂർ : നമ്മുടെ നാട്ടിൽ 13 മോശം സംഖ്യയല്ല. അതറിയാമോ?

ബേബി : അങ്ങനെയുണ്ടോ?

അടൂർ : അതേ. പാശ്ചാത്യർക്കാണ് 13-ാം നമ്പർ മോശം. നമ്മുടെ ജ്യോതിഷത്തിൽ 13 മോശം സംഖ്യയല്ല.

ബേബി : അതെന്തായാലും കേരളത്തിൽ 13-ാം നമ്പർ വണ്ടി ആരും ഉപയോഗിക്കുന്നില്ല. പേടിച്ചിട്ടുതന്നെ. എം.എൽ.എ. ക്വാർട്ടേഴ്സിൽ 13-ാം നമ്പർ മുറി ഇല്ലല്ലോ. 12 കഴിഞ്ഞാൽ 12 എ ആണ്. ഹൈക്കോടതിയിൽ 13-ാം നമ്പർ ഇല്ലാത്തതിനെച്ചൊല്ലി സുപ്രീം കോടതിവരെ കേസ് പോയിരുന്നു. ഹൈക്കോടതിയെ വിമർശിച്ചുകൊണ്ട് 13-ാം നമ്പർ വേണമെന്നാണ് സുപ്രീംകോടതി ഉത്തരവിട്ടത്.

തള്ളിയിരിക്കയാണ്. ക്രിയേറ്റിവിറ്റിക്ക് നിശ്ശബ്ദത ആവശ്യമാണ്. പക്ഷേ, പൂർണ്ണനിശ്ശബ്ദത സാധിക്കുന്ന കാര്യമല്ല.

കുട്ടിക്കാലത്ത് നിലവിളക്കിന്റെ വെളിച്ചത്തിലാണ് പഠിച്ചിരുന്നത്. ഇന്നിപ്പോൾ നിലവിളക്കിന്റെ വെളിച്ചം മതിയോ വായനയ്ക്ക് എന്നു സംശയിക്കും. അന്ന് നിലാവെളിച്ചത്തിൽ ഞാൻ പത്രം വായിച്ചിട്ടുണ്ട്. അന്നത്തെക്കാലത്ത് ഇന്ത്യൻ എക്സ്പ്രസിന്റെ തെളിയാത്ത അക്ഷരങ്ങൾ. വൈദ്യുതി വെളിച്ചം വന്നതോടെ നമ്മുടെ കണ്ണിന്റെ ശേഷി നഷ്ടപ്പെട്ടു. പകൽ പകലും രാത്രി രാത്രിയുമായിരുന്ന പഴയകാലത്ത് നമ്മുടെ കണ്ണിന് ശേഷി വളരെ കൂടുതലായിരുന്നു. അതുപോലെ പണ്ട് മനുഷ്യന് മണമുണ്ടായിരുന്നു. ആണിനും പെണ്ണിനും പ്രത്യേക മണമായിരുന്നു. അങ്ങനെയാണ് ഇണയെ തിരിച്ചറിഞ്ഞിരുന്നത്. സോപ്പിട്ട് കുളിക്കാൻ തുടങ്ങിയതോടെ അതൊക്കെ നഷ്ടമായി. വിയർപ്പിന്റെ മണംപോലും നമുക്ക് ഇഷ്ടമല്ലാതായി.

അടൂരിന്റെ അമ്മാവന്റെ മകനോടൊപ്പം

അടൂർ : വിശ്വാസത്തിന്റെ പേരിൽ എന്തെല്ലാം? ജയലളിത എന്ന പേര് ജയലളിതാ എന്നു നീട്ടി.

ബേബി : അമേരിക്കയിൽ കത്രീന ചുഴലിക്കാറ്റ് വീശിയപ്പോൾ ഒരു അന്ധവിശ്വാസം പരന്നു. സെക്ഷ്വൽ മൈനോരിറ്റീസ് താമസിക്കുന്ന സ്ഥലത്താണ് കാറ്റു വീശുന്നത്. അത് അവരോടുള്ള ദൈവകോപമാണ്.

പ്രശസ്ത ശാസ്ത്രഗ്രന്ഥകാരനായ റിച്ചാർഡ് ഡോക്കിൻസിന്റെ ഗോഡ് ഡെലൂഷൻ' എന്ന പുസ്തകം വായിച്ചപ്പോൾ അതിൽ വി.കെ. എൻ. മോഡലിൽ ഒരു പരാമർശം കണ്ടു. കുറച്ചു കുഴപ്പക്കാരെ ഇല്ലാതാക്കാൻ ചുഴലിവീശി കൂട്ടമരണം വിതയ്ക്കുന്നതിലും ഭേദം കുഴപ്പക്കാരെ തിരഞ്ഞുപിടിച്ച് ഹൃദ്രോഗം പോലുള്ള വല്ല അസുഖവും ഉണ്ടാക്കിയാൽ പോരേ എന്നാണ് ഗ്രന്ഥകാരൻ ചോദിച്ചത്.

ബേബി : നമ്മൾ ഈ യാത്ര തുടങ്ങുമ്പോൾ ഓർമ്മവരുന്നത് സാറും പാരീസ് വിശ്വനാഥനും കൂടി ഇന്ത്യ ചുറ്റിയ കഥയാണ്. ഗാന്ധി ഇന്ത്യ ചുറ്റിയതുപോലൊരു സാംസ്കാരിക രംഗത്തെ സംഭവമായിരുന്നല്ലോ അതും.

അടൂർ : ഞങ്ങളുടേത് ഇന്ത്യയുടെ സമുദ്രതീരം ചുറ്റിയുള്ള യാത്രയായിരുന്നു. ആ യാത്രയിൽ വിശ്വനാഥൻ (പാരീസ്), കടമ്മനിട്ട, പഴവിള രമേശൻ, ആർട്ട് ഡയറക്ടർ ശിവൻ എന്നിവരുണ്ട്. ചിത്രലേഖയുടെ ഒരു വില്ലിസ് സ്റ്റേഷൻ വാഗൺ വാടകയ്ക്കെടുത്താണ് ഓടിക്കുന്നത്. ശിവനും ഞാനുമായിരുന്നു ഡ്രൈവർമാർ. തിരുവനന്തപുരത്തു നിന്ന് കന്യാകുമാരിയിലെത്തി അവിടെനിന്ന് കിഴക്കേതീരം വഴി ബംഗാളിലേക്ക്.

അവിടെനിന്ന് പടിഞ്ഞാറ് ഗുജറാത്തിലേക്ക്. ആ തീരം വഴി മടക്കയാത്ര. അതായിരുന്നു റൂട്ട്. ഇതിനിടെ ഒറീസയിലെ കൊണാർക്ക്, യുപി.യിലെ വാരണാസി തുടങ്ങിയ പ്രധാന കേന്ദ്രങ്ങളിലും പോയി.

പഞ്ചഭൂതങ്ങളെപ്പററി വിശ്വനാഥൻ ഒരു ഡോക്യുമെന്ററി പ്ലാൻ ചെയ്തിരുന്നു. അതിൽ മണ്ണിനെപ്പറ്റിയായിരുന്നു ആദ്യത്തേത്. ഇന്ത്യയിലെ കടൽത്തീരങ്ങളിലെ മണ്ണു ശേഖരിച്ചുകൊണ്ടായിരുന്നു ചിത്രീകരണം. ഓരോ പ്രദേശത്തെയും മണലിന് നിറവും രൂപവും ഗന്ധവും വ്യത്യസ്തമായിരിക്കും. ശേഖരിച്ച മണൽകൊണ്ട് വിശ്വനാഥൻ പിന്നീട് ഒരു പെയിന്റിംഗും ചെയ്തു.

ഓരോ കടൽത്തീരത്തു നിന്ന് മണൽ ശേഖരിക്കുമ്പോഴും ഷൂട്ട് ചെയ്യുന്നത് ഞാനാണ്. വിശ്വനാഥൻ പാരീസിൽ നിന്നു കൊണ്ടുവന്ന ക്യാമറയും റെക്കോഡിംഗ് ഉപകരണങ്ങളുമാണ് ഉപയോഗിച്ചത്. വിശ്വനാഥന്റെ ആശയം ഞാൻ ഷൂട്ട് ചെയ്യുകയായിരുന്നു. ഞാൻ സിനിമാട്ടോഗ്രാഫറായിരുന്നില്ല. ഒരാൾ പറഞ്ഞുകൊടുത്ത് ഷൂട്ട് ചെയ്യുന്നതാണല്ലോ സിനിമാട്ടോഗ്രാഫറുടെ റോൾ.

എട്ടുമണിക്കൂറുള്ള ഡോക്യുമെന്ററിയായിരുന്നു. 'സൂപ്പർ എയ്റററ്' എന്ന ഫിലിമിലാണ് അത് ചിത്രീകരിച്ചത്. ആ ഡോക്യുമെന്ററി വിശ്വനാഥൻ തന്റെ ചിത്രപ്രദർശനത്തിനൊപ്പം പലേടത്തും കാണിച്ചിട്ടുണ്ട്. എനിക്ക് ഇന്നേവരെ അതു കാണാനായിട്ടില്ല.

അന്ന് യാത്രയ്ക്കൊപ്പം വന്നത് ഉഗ്രൻ ഗ്രൂപ്പായിരുന്നല്ലോ. കേരളം വിട്ടതോടെ ഓരോരുത്തരുടെയും ശക്തി കുറഞ്ഞുവന്നു. ഞാനൊഴികെ മറ്റാർക്കും ഹിന്ദി അറിയില്ലല്ലോ. അതിനാൽ ഞാൻ ഇന്റർപ്രെട്ടറുമായി. മാത്രമല്ല കൂട്ടുകാർ തമ്മിൽ ഇടയ്ക്കിടെ വഴക്കുമിടും. അതിന്റെ മദ്ധ്യസ്ഥനായും ഞാൻ ഇടപെടണം. അങ്ങനെ എല്ലാംകൊണ്ടും ഡ്രൈവർ. ഭൂപടം നോക്കിയാണ് വണ്ടി ഓടിക്കുന്നത്. ചിലേടത്തു ചെല്ലുമ്പോൾ ഭൂപടത്തിലേ റോഡുള്ളൂ!

ഗുജറാത്തുവഴിയുള്ള മടക്കയാത്രയായിരുന്നു കടുംകൈയായത്.

ഒരു ദിവസം സന്ധ്യയ്ക്ക് ഗുജറാത്തിലെ ഒരു ഗ്രാമത്തിലൂടെ വണ്ടി ഓടിച്ചുപോകുകയാണ്. കുറച്ചുകഴിഞ്ഞപ്പോൾ റോഡിൽ മെല്ലെ വെള്ളം കയറാൻ തുടങ്ങി. ഇവിടമങ്ങ് കടന്നുപോകാമെന്നു കരുതിയതാണ്. ക്രമേണ അതുയർന്നുവന്നു. റോഡ് കാണാത്തവിധമായി. ഞാനാണ് വണ്ടിയോടിക്കുന്നത്. ഞാൻ ശിവനോടു പറഞ്ഞു, ഇറങ്ങി മുന്നിൽ നടക്ക്. പിന്നാലെ വരാം. കുറച്ചു ദൂരമായപ്പോൾ ജലനിരപ്പ് മുട്ടോളമാകുന്നു. ഇനി മുന്നോട്ടില്ല. തിരിച്ചുപോകണമെങ്കിലോ, റിവേഴ്സ് അല്ലാതെ മാർഗ്ഗമില്ല. അതൊരു വലിയ പ്രതിസന്ധിയായി. എന്തായാലും റിവേഴ്സിൽ കിലോമീററുകളോളം പോന്നു. അപ്പോഴാണറിയുന്നത് പോയ പ്രദേശം ഒരു ദ്വീപായി മാറിയെന്നും അവിടെനിന്നും ആളുകളെ ഒഴിപ്പിച്ചെന്നും.

വീടു നഷ്ടപ്പെട്ട അഭയാർത്ഥികളെ പാർപ്പിച്ച സത്രത്തിലാണ് ഞങ്ങളും ആ രാത്രി കഴിഞ്ഞത്.

ഇത് വെള്ളത്തിൽ കുടുങ്ങിയ കഥ. ഇനിയൊന്ന് ചമ്പൽ താഴ്വരയിൽ കുടുങ്ങിയതാണ്. മദ്ധ്യപ്രദേശിലെ ചമ്പൽ താഴ്വരയിലെ വിജനമായ പാതയിലെത്തുന്നത് പാതിര കഴിഞ്ഞപ്പോൾ. എതിരെ വല്ലപ്പോഴും വരുന്ന വാഹനങ്ങളുടെ വെട്ടമേയുള്ളൂ. പെട്ടെന്ന് വണ്ടി നിന്നു. എല്ലാവരും ക്ഷീണിച്ചിരുന്നു. കൈയിലെ ചില്ലറയും തീർന്നിരുന്നു.

ചമ്പലിനടുത്ത പ്രദേശത്ത് വിശ്വനാഥന്റെ ഒരു സുഹൃത്തുണ്ട്. അദ്ദേഹം മൂന്നു ജില്ലകൾ ചേരുന്ന കമ്മിഷണറേറ്റിന്റെ മേധാവിയാണ്. അദ്ദേഹത്തെ കണ്ടാൽ പണവും മറ്റു സഹായവും കിട്ടും.

വല്ലപ്പോഴും കടന്നുപോയ ലോറിക്ക് ഞങ്ങൾ കൈ കാണിച്ചു. ഒന്നും നിറുത്തിയില്ല. ഞങ്ങളെല്ലാം ചേർന്നാണ് കൈ കാണിക്കുന്നത്. അതുകൊണ്ടാണോ? ഞാൻ പറഞ്ഞു, നിങ്ങളെല്ലാം കാറിലിരിക്ക്. ഞാൻ തനിച്ച് കൈ കാണിക്കാം. അങ്ങനെ ഒരു ലോറി നിറുത്തി. അവർ സഹായത്തിനു തയ്യാറായി. കാറിൽ വടംകെട്ടി ലോറിയുമായി ബന്ധിപ്പിച്ചു. അല്പം നീങ്ങിയപ്പോൾ വടം പൊട്ടി. വീണ്ടും കെട്ടി. അതും പൊട്ടി. ലോറിക്കാരുടെ ക്ഷമയററു. അവർ ഓടിച്ചുപോയി.

നേരത്തെ ലോറിക്ക് കൈ കാണിക്കുംമുമ്പ് ഞങ്ങൾ കാറു തള്ളി നീക്കാൻ ഏറെനേരം ശ്രമിച്ചിരുന്നു. വണ്ടി ഒരു മീറ്റർ പോലും നീങ്ങിയിരുന്നില്ല. പിന്നീട് ലോറിയുടെ വെളിച്ചത്തിൽ മനസ്സിലായി കാർ കിടക്കുന്നത് കുത്തനെയുള്ള കയററത്തിനു ചോട്ടിലാണ്.

വരുന്നതുവരട്ടെ എന്നു കരുതി ഞങ്ങൾ നിൽക്കുകയാണ്. എല്ലാവരും ഭയന്നുവിറയ്ക്കുന്നുണ്ട്. ഞാൻ പറഞ്ഞു, പെട്രോൾ കിട്ടുന്നിടത്ത് ഞാൻ പോയി വാങ്ങാം. നിങ്ങൾ കാറിലിരുന്നാൽ മതി.

എനിക്കും അറിയില്ല എങ്ങോട്ടുപോകണമെന്ന്. ഭാഗ്യത്തിന് ഒരു ലോറി കിട്ടി. അവർ പറഞ്ഞു, ഗ്രാമത്തിൽ ഒരു വീട്ടിൽ കന്നാസിൽ പെട്രോൾ കിട്ടും. ഞാൻ ലോറിയിൽ കയറി. കിലോമീറ്ററുകൾ പോയി

അടൂരിനെ കാണാൻ വന്ന കഥാപാത്രങ്ങൾ

അനന്തരം കണ്ടിട്ട് എട്ടും പത്തും പ്രാവശ്യം വിളിച്ചവരുണ്ട്. പേടിപ്പിച്ച ചെറുപ്പക്കാരുമുണ്ട്: “എന്നെപ്പറ്റി സാർ എങ്ങനെ മനസ്സിലാക്കി” എന്നു ചോദിച്ചുകൊണ്ടാവും അവർ തുടങ്ങുക. വല്ലാതെ മാനസികാവസ്ഥയിലാവും അവർ. അനന്തരം ആവർത്തിച്ചുകണ്ട ഒരു കർണ്ണാടകക്കാരൻ എന്നെ വല്ലാതെ വിഷമിപ്പിച്ചുകളഞ്ഞു. ഞാൻ കാരണം ഒരാൾക്ക് മാനസികാഘാതം ഉണ്ടായല്ലോ എന്ന പേടി. ▶

ക്കാണും. നേരം രാത്രി മൂന്നുമണിയെങ്കിലുമായിക്കാണും. ഒരു ചൗക്കിയിൽ അവർ എന്നെ ഇറക്കി. വീടിന്റെ അടയാളംവച്ച് ഞാൻ നടന്നു. ഒറ്റയ്ക്ക് ചമ്പൽ താഴ്‌വരയിലെ വിജനമായ ഗ്രാമത്തിലൂടെ നടക്കുകയാണ് എന്നോർക്കുക. ചെറുപ്പത്തിന്റെ ചോരത്തിളപ്പുണ്ടെങ്കിലും കുപ്രസിദ്ധമായ സ്ഥലമല്ലേ?

പെട്ടെന്ന് പിന്നിലൊരു കാലൊച്ച.

തിരിഞ്ഞുനോക്കിയപ്പോൾ ഒരു നായ.

ഞാൻ നടന്നുനീങ്ങുമ്പോൾ പിന്നാലെ മറ്റൊന്നുകൂടി ചേർന്നു.

മിനിട്ടുകൾക്കകം ആ ഗ്രാമത്തിലെ മുഴുവൻ നായ്ക്കളും എന്റെ പിന്നാലെ.

വിപദിധൈര്യം എനിക്കുണ്ട്. അതിനാൽ നായ്ക്കൾ വന്നോട്ടെ എന്നുകരുതി നടന്നുനടന്ന് ആ വീട്ടിലെത്തി. പെട്രോൾ വാങ്ങി. എന്റെ പോക്കറ്റിലെ അവസാന ചില്ലറയാണ് പെട്രോളിനു കൊടുത്തത്.

തിരികെ ചൗക്കിയിലെത്തി പൊലീസുകാരനോട് കാര്യം പറഞ്ഞു. അയാൾ ലോറിയിൽ കയറ്റിവിട്ടു. 'സംഭവസ്ഥലത്ത്' ഇറങ്ങി കാറിൽ പെട്രോളൊഴിച്ച് സ്റ്റാർട്ടാക്കാൻ നോക്കുമ്പോഴാണ് രസം: ഒരനക്കവുമില്ല!

സ്വയം ശപിച്ച് ഞങ്ങളങ്ങനെ നേരം വെളുപ്പിച്ചു. രാവിലെ വന്ന ഒരു ലോറിക്കാരുടെ സഹായത്താൽ വടം കെട്ടിവലിച്ച്, നേരത്തെ പോയ ഗ്രാമത്തിലെത്തി. ഒരു മെക്കാനിക്കിനെ കണ്ടുപിടിച്ച് കൊണ്ടുവന്നു. അയാൾ കാറിന്റെ ഭാഗങ്ങൾ ഓരോന്നായി അഴിച്ചു. ഒടുവിൽ പറഞ്ഞു, ദാ ഈ സാധനം പോയതാണ്. റോട്ടറാണ്. ഇവിടെ ജീപ്പുള്ള ഒരാളുടെ പക്കൽ റോട്ടറുണ്ടാകും. അത് ഒരുപക്ഷേ കിട്ടിയേക്കും. അന്വേഷിച്ചു ചെന്നപ്പോൾ തരാമെന്നു പറഞ്ഞു. പക്ഷേ, വില തരണം. പണം കൊടുക്കാൻ ചില്ലിക്കാശില്ല. വിശ്വനാഥന്റെ സുഹൃത്തായ കമ്മിഷണറെ കാണാൻ ഇനി 20 കിലോമീറ്റർ കൂടി പോകണം. പക്ഷേ, എങ്ങനെ പോകും? ഇന്നലെ രാത്രി മുതൽ ഒന്നും കഴിച്ചിട്ടില്ല. ഇപ്പോൾ രാവിലെ

മുഖാമുഖം കണ്ട ചിലരിൽ നിന്നും അത്തരം അനുഭവം ഉണ്ടായിട്ടുണ്ട്. "ഞാൻ നിങ്ങളുടെ ശ്രീധരനാണ്" എന്നുപറഞ്ഞ് ഒരാൾ സ്വയം പരിചയപ്പെടുത്തി. ആദ്യം ഞാനൊന്നു ഞെട്ടും. പിന്നെ ആശ്വസിക്കും. എന്റെ കഥാപാത്രമല്ലേ വന്നിരിക്കുന്നത്. പിന്നെ അവരെ കാര്യമായി ട്രീറ്റ് ചെയ്യും.

മുഖാമുഖത്തിന്റെ പേരിൽ പലരും എന്നെ കുറ്റപ്പെടുത്തുമ്പോഴാണ് ഈ അനുഭവങ്ങൾ. ഞാൻ ചെയ്തതിൽ തെറ്റൊന്നുമില്ലെന്ന ധാരണ അപ്പോഴുണ്ടായി.

മേടയിൽ തറവാട്ടിൽ ഇളം തലമുറയോടൊപ്പം അടൂരും ബേബിയും. വലതുവശത്തെ ബാലൻ കഥാപുരുഷനിൽ ഉണ്ടായിരുന്നു.

ഒമ്പതു മണിയാകുന്നു. വിശ്വനാഥൻ പറഞ്ഞു, നമുക്ക് ഏതെങ്കിലും ബാങ്കിൽ പോയി കടം ചോദിക്കാം. വിശ്വസ്തർക്ക് 100 രൂപ വരെ കൊടുക്കാൻ ബ്രാഞ്ച് മാനേജർക്ക് അധികാരമുണ്ടത്രേ! അങ്ങനെ ബാങ്ക് ശാഖയ്ക്കു മുന്നിൽ ഞങ്ങൾ കാത്തിരിപ്പായി. ഓരോ ബസ് നിർത്തുമ്പോഴും ഞങ്ങൾ പ്രതീക്ഷിക്കും, ഇയാൾ ബാങ്ക് ഉദ്യോഗസ്ഥനാണെന്ന്. ഇറങ്ങിയവരൊക്കെ പലവഴിക്ക് പോയിക്കൊണ്ടിരുന്നു. ഒടുവിൽ ഒരാൾ ഇറങ്ങി ബാങ്കിലേക്ക് പോയി. ഞങ്ങൾ പിന്നാലെ ചെന്നു. ഭാഗ്യവശാൽ അയാൾ മഹാരാഷ്ട്രക്കാരനായിരുന്നു. ഞാൻ എന്റെ പൂന ബന്ധമൊക്കെ പറഞ്ഞു. ഒരു വിശ്വാസത്തിൽ അദ്ദേഹം 200 രൂപ തന്നു. നന്ദി പറഞ്ഞിറങ്ങി. ഞങ്ങൾ നേരെ പോയി റോട്ടർ വാങ്ങി ഫിറ്റ് ചെയ്തു. വണ്ടി പഴയപോലെ റെഡി. ഞങ്ങൾ നേരെ കമ്മിഷണർ ഓഫീസ് ലക്ഷ്യമാക്കി കാറോടിച്ചുപോകുകയാണ്. നേരം ഉച്ചകഴിഞ്ഞിരുന്നു. മൂന്നുനേരമായി എന്തെങ്കിലും കഴിച്ചിട്ട്.

കമ്മിഷണറുടെ വീട്ടിലെത്തുമ്പോൾ അദ്ദേഹം രണ്ടുദിവസമായി കാത്തിരിക്കുകയായിരുന്നു. ഞങ്ങളെ നേരെ ഊണുമുറിയിലേക്ക് കൂട്ടിക്കൊണ്ടുപോയി. അവിടെ സകല വിഭവങ്ങളും നിരന്നിരുന്നു. പിന്നീടുണ്ടായത് പറയാൻ ഒറ്റവാക്കേയുള്ളൂ ആക്രമണം! ഭക്ഷണത്തിന് ഇതുപോലെ ഒരു കടന്നാക്രമണം ഞാൻ കണ്ടിട്ടില്ല.

ഈ യാത്രയിൽ പഴവിള രമേശൻ ഓരോ സ്ഥലത്തെപ്പറ്റിയും ഡയറി എഴുതിയിരുന്നു. ഈ ഡയറി പഴവിളയുടെ വീട്ടുമാറ്റത്തിനിടയിൽ

നഷ്ടമായി. വളരെ രസകരമായ, അപൂർവ്വമായ സംഗതികൾ പലതും രമേശന്റെ ഡയറിയിലുണ്ടായിരുന്നു.

കടമ്മനിട്ട ലഹരി തൊടാതെ വളരെ ശാന്തനായി തന്നെയിരുന്നു. ഗോവയിലെത്തിയപ്പോഴാണ് അദ്ദേഹം ഒന്നനങ്ങിയത്. അദ്ദേഹത്തിന്റെ അനുജൻ അവിടെയുണ്ടായിരുന്നു. അദ്ദേഹത്തിന്റെ വീട്ടിൽ തങ്ങിയ രാത്രി കടമ്മനിട്ട വാശി തീർത്തു.

ബേബി : അന്നത്തെ യാത്രയ്ക്കുശേഷം കൊണാർക്കിലോ മറ്റോ വീണ്ടും പോയിരുന്നോ?

അടൂർ : രണ്ടുവർഷം മുമ്പ് ഒറീസയിൽ വീണ്ടും പോയിരുന്നു. അവിടെ ഒരു യൂണിവേഴ്സിറ്റിയിൽ സാഹിത്യസമ്മേളനം ഉദ്ഘാടനം ചെയ്യാൻ ക്ഷണിച്ച് പോയതാണ്. അവിടെ ഒരു സമന്ത നടത്തുന്നതാണ് യൂണിവേഴ്സിറ്റി. (മഗന്ത എന്ന് അടൂർ ആദ്യം പറഞ്ഞപ്പോൾ ഭാര്യ സുനന്ദ തിരുത്തി: സമന്ത. ഇതുകേട്ട് ബേബി പറഞ്ഞു കൂടെ ആളുള്ളത് കാര്യമായി).

ആ യാത്രയിൽ സുനന്ദയും ഒപ്പമുണ്ടായിരുന്നു. ഞാൻ ചെല്ലാനുള്ള പ്രോത്സാഹനമായിട്ടാകാം സുനന്ദയെയും വിളിച്ചത്.

ബേബി : സാധാരണയായി അന്തർദ്ദേശീയ കോൺഫറൻസിനു ക്ഷണിക്കുമ്പോൾ 'യു കാൻ ബ്രിംഗ് യുവർ കമ്പാനിയൻ' എന്നൊരു പ്രൊവിഷനുണ്ട്...

അടൂർ : നമ്മുടെ കമ്പാനിയൻ നമ്മുടെ ഭാര്യയാണ്. വേറെ കമ്പാനി യൻ ഇല്ല! (കൂട്ടച്ചിരി)

ബേബി : അന്ന് ചിൽക്ക ലേക്കിലൊക്കെ പോയിരുന്നോ?

അടൂർ : പോയിരുന്നു.

ബേബി: അവിടെയുമുണ്ട് കരിമീൻ...

അടൂർ : ചിൽക്ക തടാകത്തിൽ രാപകൽ മീൻപിടിത്തമല്ലേ. ഇനി മീനുണ്ടോ എന്നു സംശയമാണ്. മുട്ടയിടാൻ പോലും സമ്മതിക്കില്ലല്ലോ.

ബേബി : ആ യാത്രയിൽ കേളൂചരൺ മഹാപാത്രയെ കാണാനോ മറ്റോ കഴിഞ്ഞോ?

അടൂർ : ഇല്ല. ഞാൻ ആദ്യമായി കേളൂചരൺ മഹാപാത്രയെ കാണുന്നത് ടോക്കിയോയിൽ വച്ചാണ്. അന്നു ഞാൻ അന്തംവിട്ടുപോയി. ഇത്രയും പ്രായമായ മനുഷ്യൻ നൃത്തം ചെയ്യുമ്പോൾ സൗന്ദര്യത്തിന്റെ പര്യായമായി മാറുകയാണ്. എങ്ങനെയിതു സാധിക്കുന്നു? അദ്ഭുത മാണത്. അതിൽ ഞാൻ വീണുപോയി.

ബേബി: ഇത്രയുള്ളൊരു ശരീരം സ്റ്റേജ് മുഴുവൻ എങ്ങനെ ഒക്കുപൈ ചെയ്യുന്നു എന്നു ഞാൻ അമ്പരന്നിട്ടുണ്ട്. ഡൽഹി സിരി ഫോർട്ട്

വളരെ വലിയ ഓഡിറേറാറിയമാണ്. പക്ഷേ, കേളു ചരൺജിക്ക് സ്റ്റേജിന്റെയും ഓഡിറ്റോറിയത്തിന്റെയും വിസ്തൃതി തന്നിലേക്കാവാഹിക്കാനാകും. അതൊരു ഇന്ദ്രജാലമാണ്.

അടൂർ : ശരിയാണ്. വായിച്ചറിഞ്ഞ കേളൂ ചരണിന്റെ പ്രകടനം നേരിട്ടു കണ്ടപ്പോൾ ഞാൻ ഉച്ചീം കുത്തി വീണുപോയി. നിറഞ്ഞ ഓഡിറ്റോറിയം വീർപ്പടക്കിയിരിക്കുക. എന്താ കഥ...

ബേബി : ഒരിക്കൽ ബിർജു മഹാരാജിന്റെ കഥക് അവതരണം കൊച്ചിയിലുണ്ടായിരുന്നു. ബാലനായ കൃഷ്ണനെയാണ് അദ്ദേഹം അവതരിപ്പിക്കുന്നത്. ബാലകൃഷ്ണന്റെ ചേഷ്ടകൾ അദ്ദേഹം അഭിനയിക്കുന്നതു കണ്ട് സദസ്സിൽ നിന്നും നിറുത്താതെയുള്ള കൈയടി. കഥ അറിയാത്ത നിരക്ഷരനുപോലും ആസ്വദിക്കാൻ തക്കവിധമാണ് അദ്ദേഹം അത് അവതരിപ്പിച്ചത്. അറുപതു വയസ്സുള്ളയാളാണ് ആറു വയസ്സുള്ള ബാലനായി വരുന്നതെന്നോർക്കണം. ബാലകൃഷ്ണനെപ്പറ്റി നമുക്കുള്ള സങ്കല്പത്തിന്മേലാണ് അദ്ദേഹം കല വിരിയിക്കുന്നത്.

അടൂർ: അതേയതേ... കൃഷ്ണൻ വളരെ നിറപ്പകിട്ടാർന്ന കഥാപാത്രമാണ്. ഭാരതത്തിന്റെ സംഗീതം, നൃത്തം, ചിത്രകല എല്ലായിടത്തും കൃഷ്ണൻ നിറയുന്നു.

ബേബി: താൻസെന്റെ മഹത്ത്വം മനസ്സിലാക്കുന്നതിന് യഥാർത്ഥത്തിൽ സഹായിച്ചത് ധനഞ്ജയനും ഭാര്യയും ചേർന്നുള്ള കലാമണ്ഡലം വേദിയിലെ ഒരു അവതരണമാണ്.

അടൂർ: ധനഞ്ജയന്റെ പത്നി ശാന്ത അത്ര സുന്ദരിയൊന്നുമല്ല. ധനഞ്ജയനാകട്ടെ സുന്ദരനും. ഇവർ രണ്ടാളും ശിവനും പാർവ്വതിയുമായി നൃത്തം ചെയ്യുന്നു. അന്ന് കൊച്ചുകുട്ടിയായ മകൻ ഗണപതിയായി ഒപ്പമുണ്ട്. എത്ര ത്രില്ലിംഗാണ് ആ പെർഫോമൻസ്.

ബേബി : ആ മകൻ സത്യജിത് ഇന്ന് ഓട്ടോമൊബൈൽ ഫോട്ടോഗ്രാഫിരംഗത്ത് ശ്രദ്ധേയനായി കഴിഞ്ഞു.

അടൂർ : ധനഞ്ജയൻ മലബാറിൽ ഒരു നൃത്തകേന്ദ്രമൊക്കെ തുടങ്ങിയിരുന്നല്ലോ...

ബേബി: അതു പിന്നീട് മുന്നോട്ടുപോയില്ല.

അടൂർ : ഇക്കാര്യത്തിൽ അവരെ മാത്രം ഭാരം ഏല്പിക്കാതെ സർക്കാർ കൂടി അതൊന്ന് ഏറ്റെടുക്കേണ്ടതായിരുന്നു. കാരണം നൃത്തരംഗത്ത് അവരുടെ സംഭാവന അത്ര മാത്രമല്ലേ.

ബേബി : നമ്മുടെ സമൂഹം അത്തരം കാര്യം വരുമ്പോൾ പിന്നോട്ടു മാറും. വിവാദം മൂക്കുമ്പോൾ മുന്നോട്ടുനിൽക്കും. സർക്കാരിലും സ്ഥിതി അതുതന്നെ. എൽ.ഡി.എഫ് തുടങ്ങിയ കാര്യങ്ങൾ എന്തിനു പിൻതുടരണമെന്നാകും യു.ഡി.എഫിന്റെ ചിന്ത.

കുണ്ടറയിലെ ടെക്നോപാർക്കിൽ

അടൂർ : ദയനീയമാണ് അത്തരം നിലപാടുകൾ. മൊത്തം സമൂഹത്തിന്റെ ഭാഗമായാണ് സാംസ്കാരിക പ്രവർത്തനങ്ങളെ കാണേണ്ടത്.

ബേബി : എൽ.ഡി.എഫിന്റെ കാലത്താണ് ചിത്രകലാരംഗത്തെ പരിപോഷിപ്പിക്കാൻ കൊച്ചിൻ മുസിരിസ് ബിനാലേ തുടങ്ങിയത്. ഈ സർക്കാർ മാറിയാലും പദ്ധതിയെ ബാധിക്കാതിരിക്കാൻ കെ.വി. തോമസ് തുടങ്ങിയ കോൺഗ്രസുകാരെയും കമ്മിറ്റിയിൽ ഉൾപ്പെടുത്തി. എന്നിട്ടും അതു കലങ്ങിമറിഞ്ഞിരിക്കുന്നു.

അടൂർ : അതേപ്പറ്റി ഒരുപാടു പരാതി കേൾക്കുന്നുണ്ടല്ലോ?

ബേബി : ഇതു തുടങ്ങുമ്പോൾ തന്നെ ബോസ് കൃഷ്ണമാചാരിയോടും റിയാസ് കോമുവിനോടും ഞാൻ പറഞ്ഞതാണ്. ആക്ഷേപങ്ങൾ പലതുണ്ടാകും. അതൊക്കെ കേൾക്കാനും നേരിടാനും തയ്യാറായി നിന്നോളണം. എല്ലാവരേയും വിശ്വാസത്തിലെടുത്തുവേണം കാര്യങ്ങൾ തുടങ്ങാൻ. അവർ അങ്ങനെതന്നെയാണ് നീങ്ങിയതും. പക്ഷേ, ചിലർ ഉയർത്തിയ പരാതികൾ മറ്റു ചിലർ ഏറ്റെടുത്തതോടെ അതങ്ങ് വിവാദമായി.

അടൂർ : ബിനാലെയുടെ മാഗ്നിറ്റ്യൂഡ് ഇവിടെ പലർക്കും പിടികിട്ടി

യിട്ടില്ലെന്നു തോന്നുന്നു. ദർബാർ ഹാൾ വികൃതമാക്കി എന്നൊക്കെയാണ് പരാതി.

ബേബി: മുഖ്യമന്ത്രി തന്നെ നേരിട്ടുചെന്ന് അതെല്ലാം കണ്ടതാണ്. ആക്ഷേപത്തിൽ കാര്യമില്ലെന്ന് സി. എമ്മിനും ബോദ്ധ്യമായിട്ടുണ്ട്.

അടൂർ : ബോസിനും റിയാസിനും ആരെയെങ്കിലും പറ്റിച്ച് കാശുണ്ടാക്കേണ്ട കാര്യമുണ്ടെന്നു തോന്നുന്നില്ല. കാരണം കോടികൾ പ്രതിഫലം കിട്ടുന്ന ലോകപ്രശസ്ത ചിത്രകാരന്മാരാണ് അവർ. വിശ്വനാഥൻ (പാരീസ്) ഇവരെപ്പറ്റി വളരെ നല്ല അഭിപ്രായമാണ് പറഞ്ഞത്. ഉൾവലിയുന്ന മലയാളിയുടെ പ്രകൃതമൊക്കെ പൊട്ടിച്ചുകളഞ്ഞ ചെറുപ്പക്കാരാണ് ഇവരെന്ന് വിശ്വനാഥൻ പറഞ്ഞു.

ബേബി: ബിനാലെയുടെ പിറകെ നടന്ന സമയത്തിന് ഇവർ ചിത്രമോ ശില്പമോ ഉണ്ടാക്കിയിരുന്നെങ്കിൽ വെട്ടിച്ചു എന്നാരോപിക്കപ്പെടുന്ന തുകയെക്കാൾ എത്രയോ മടങ്ങ് കിട്ടുമായിരുന്നു. അതിനു പുറമേ ഇവർ അനുഭവിക്കുന്ന മാനസിക സംഘർഷമോ? ഞാൻ അവർക്ക് മുന്നറിയിപ്പ് നൽകിയിരുന്നതിനാൽ ഇരുവരും കരുതിയിരുന്നു എന്നു കരുതാം.

അടൂർ : ബോംബെയിലെ സാക്ഷി ഗാലറി ഉടമ ബോസിനോടും റിയാസിനോടും ചോദിച്ചു, ഈ പദ്ധതിയും കൊണ്ടുനടക്കുന്ന സമയത്ത് ചിത്രം വരച്ചാൽ എത്ര കാശു കിട്ടുമായിരുന്നു എന്ന്. സാക്ഷിയുടെ ഉടമ എന്റെ സുഹൃത്താണ്. കഴിഞ്ഞമാസം കണ്ടപ്പോഴാണ് അവർ ഇക്കഥ പറഞ്ഞത്.

ബേബി : മുതിർന്ന ഉദ്യോഗസ്ഥരായ സാജൻ പീറ്ററോടും വേണുവിനോടും ബോസും റിയാസും കാര്യങ്ങൾ വിശദീകരിച്ചപ്പോൾ അവർക്ക് വ്യക്തമായി. ആ യോഗത്തിൽ ഞാൻ കൂടി പങ്കെടുക്കണമെന്ന് മന്ത്രി നിർബന്ധിച്ചതിനാൽ ചെന്നു. ഞാൻ ഒരു കാര്യമേ പറഞ്ഞുള്ളൂ: ആദരണീയരായ ചെറുപ്പക്കാരാണ് ഇവർ. സച്ചിൻ ടെൻഡുൽക്കറും ഷാറൂഖ് ഖാനും ഇവരുടെ ചിത്രം വാങ്ങാൻ കാത്തിരുന്നിട്ടുണ്ട്. അവർ കേരളത്തിൽ വന്ന് ഇവിടുത്തെ കലാകാരൻമാരുമായി ചേർന്ന് നമ്മുടെ ചിത്രകലാലോകത്തിന് ഒരു വലിയ സാധ്യത തുറക്കാൻ ശ്രമിക്കുകയാണ്. അതു മനസ്സിലാക്കണം. രാജാരവിവർമ്മ, കെ.സി.എസ്. പണിക്കർ, എ.രാമചന്ദ്രൻ തുടങ്ങിയവരുടെ നിരയിലേക്ക് വരേണ്ടവരാണ് ഇവർ. രാമചന്ദ്രനെപ്പോലും നമ്മൾ വേണ്ടവിധം മനസ്സിലാക്കിയിട്ടില്ല.

അടൂർ : ശരിയാണ്. രവിവർമ്മയ്ക്ക് ഒരു പുനർജന്മം നൽകാനായി രവിവർമ്മച്ചിത്രങ്ങൾ ഡൽഹിയിൽ കൊണ്ടുപോയി പ്രദർശനം തുടങ്ങിയ രാമചന്ദ്രൻ എന്തെല്ലാം ആക്ഷേപങ്ങളാണ് കേട്ടത്...

ബേബി : ബോംബെയിൽ കഫേയിൽ വരുന്നവരുടെ പോർട്രെയിറ്റ് പത്തോ നാല്പതോ രൂപയ്ക്ക് വരച്ചുകൊടുത്ത് ജീവിതം ആരംഭിച്ചയാളാണ് ബോസ്. റിയാസ് കോമുവിനെ ടൈം മാഗസിൻ ഫീച്ചർ ചെയ്തിട്ടുണ്ട്.

ബോസും റിയാസും നിർബന്ധിച്ചതനുസരിച്ച് വെനീസ് ബിനാലേയിൽ ഞാനൊന്നു പോയി. എം. എൽ. എ. പെൻഷൻ വർദ്ധിപ്പിച്ചതെല്ലാം കൂടി കിട്ടിയ പണമാണ് അതിനുപയോഗിച്ചത്. അതിനൊക്കെ രേഖയുമുണ്ട്. പണം ബാങ്കിലേക്ക് വന്നതും അതു ട്രാൻസ്ഫർ ചെയ്തതിനും മറ്റും. പെൻഷൻകാശ് ഇത്രയും നന്നായി ഉപയുക്തമാക്കാമെന്നുകൂടി ഞാനതിൽ നിന്നും പഠിച്ചു. വെനീസ് ബിനാലേ യാത്രയിലാണ് ഗോയയുടെ ഒറിജിനൽ പെയിന്റിംഗ് കണ്ടത്. പിക്കാസോയുടെ ഗൊർണിക്ക ഒറിജിനലും കാണാനായി. ഇതേപ്പറ്റി എന്റെ ദുർബല വാക്കുകൾ കൊണ്ട് ഒന്നും പറയാനാവില്ല.

ആ സമയത്താണ് റിയാസ് ആരാണെന്ന് മനസ്സിലായത്. പാരീസിലെ പോംപിഡോ സെന്റർ പ്രശസ്തമായ പ്രദർശനശാലയാണ്. അവിടെ റിയാസിന്റെ ശില്പം പ്രദർശനത്തിനു വച്ചിരുന്നു.

അടൂർ : അങ്ങനെയുള്ള ഒരാളാണ് ഇവിടെവന്ന് കോടികൾ അടിച്ചു മാറ്റി എന്ന് ആക്ഷേപം കേട്ടിരിക്കുന്നത്. കേരളത്തിലെ ചിത്രകലാരംഗം നന്നാവുമെന്നു വിചാരിച്ചുവന്നതാണ്. യഥാർത്ഥ ഗുണഭോക്താക്കൾ തന്നെ അവരെ കുടുക്കിയിരിക്കുന്നു...

ബേബി: ഡൽഹിയിലും മറ്റും ഐ. എ. എസ്. ഉദ്യോഗസ്ഥർ ചിത്രപ്രദർശനങ്ങളെ കുത്തകയാക്കിവച്ചിരിക്കയാണ്. അത് കേരളത്തിൽ പാടില്ലെന്നതുകൊണ്ടാണ് ചിത്രകാരന്മാരെ തന്നെ ചുമതലയേല്പിച്ചത്. അപ്പോഴാണ് പലരും സംശയിച്ചു തുടങ്ങിയത്. ഈ ചിത്രകാരന്മാർക്ക് ധൈര്യം കൊടുത്തത് ആരാണ്? ഇത് നിക്ഷിപ്ത താത്പര്യമല്ലേ' എന്നൊക്കെ...

അടൂർ : നമ്മുടെ നാട്ടിൽ വേഗം ചെലവാകുന്ന ഒരു പ്രയോഗമാണ് വെട്ടിപ്പും തട്ടിപ്പും...

ബേബി: ഒരുപാട് വെട്ടിപ്പും തട്ടിപ്പും നടക്കുന്നതിനാൽ ആക്ഷേപങ്ങൾക്ക് നല്ല ചെലവാണ്. ആക്ഷേപം ഉന്നയിക്കുന്നവർ തന്നെ ഒടുവിൽ പറയും ഞങ്ങൾ പദ്ധതിയെ എതിർക്കുന്നില്ല. വെട്ടിപ്പിനെതിരെയാണ് സംസാരിക്കുന്നതെന്ന്.

അടൂർ: അതെ.

ബേബി : കുറെക്കാലം വിവാദം നിലനിൽക്കുമല്ലോ. അതുമതി ചിലർക്ക്.

അടൂർ : ബോംബെയിലെ ഹൂ ഈസ് ഹൂവിൽ പെട്ടയാളാണ് ബോസ്.

ബേബി: കുറച്ചൊരു ശ്രീനിവാസൻ ടച്ചുണ്ട് ബോസിന്. 'എന്നെ കണ്ടാൽ ആഫ്രിക്കയിൽ നിന്നാണെന്നു തോന്നും' എന്നൊക്കെ പറയും! അത്രയ്ക്ക് കറുപ്പാണല്ലോ?

അടൂർ : എന്തായാലും ആൾ സെലിബ്രിറ്റിതന്നെ.

കുണ്ടറയിലെ ഹരിത ഷോറൂമിൽ

ബേബി : റിയാസ് ഫുട്ബാൾ ഭ്രാന്തനാണ്. മെസിയുടെ ആരാധകരാണ് ഞങ്ങൾ. മെസി കൽക്കട്ടയിൽ വന്നപ്പോൾ ഞങ്ങൾ കണ്ടിരുന്നു, കഴിഞ്ഞ ലോകകപ്പ് ഫുട്ബാൾ കാണാൻ റിയാസ് ദക്ഷിണാഫ്രിക്കയിൽ പോയിരുന്നു. എന്നിട്ട് അവിടെ നിന്നു വിളിക്കും: "ദാ മെസി എന്റെ മുന്നിലൂടെ പായുന്നു..." എന്നൊക്കെ പറഞ്ഞ്. ഗോൾ വീഴുമ്പോൾ എസ്.എം.എസ് അയച്ച് ലഹരി പങ്കിടും. റിയാസിന്റെ വർക്കുകളിൽ ഫുട്ബാൾ കടന്നുവരുന്നുണ്ട്. കേരളത്തിലൊരു ഫുട്ബാൾ അക്കാദമി തന്നെ അവരുടെ സ്വപ്നത്തിലുണ്ടായിരുന്നു.

അടൂർ : രാമചന്ദ്രന് ഒരു പെറ്റ് ഐഡിയയുണ്ടായിരുന്നു. തിരുവനന്തപുരത്ത് സ്വന്തം ചിത്രങ്ങളുടെ ഒരു ഗാലറി.

ബേബി: ഞാനത് പ്രോത്സാഹിപ്പിച്ചതാണ്. വേണ്ട വിട്ടേരു ബേബി എന്നു പറഞ്ഞു. പഴയ പൊള്ളുന്ന അനുഭവത്തിൽ നിന്നു പറഞ്ഞതാകണം. യു.ഡി.എഫ്. സർക്കാരിന്റെ കാലത്ത് ടി.എം. ജേക്കബാണ് എ.രാമചന്ദ്രനെ ലളിതകലാ അക്കാഡമി ചെയർമാനാക്കിയത്. ആ നടപടിയെ ആദ്യം സ്വാഗതം ചെയ്തത് മാർക്സിസ്റ്റ് സൈദ്ധാന്തികൻ പി.ഗോവിന്ദപ്പിള്ളയാണ്.

അടൂർ : നമ്മുടെ കേരളത്തിന് ഇവരെ അറിഞ്ഞുകൂടാ. വിവാദം ഉണ്ടാക്കുന്നവരെ മാത്രമേ അറിയൂ.

ബേബി: കലാനിരക്ഷരത ഏറ്റവും കൂടുതലുള്ള സംസ്ഥാനമാണ് കേരളം.

പ്രാക്കുളത്തെ സ്കൂളിൽ

അടൂർ : വളരെ ശരിയാണ്.

ബേബി: സാക്ഷരത തന്നെ ഉപരിപ്ളവമാണ്. മറ്റാരെയും കുറ്റപ്പെടുത്തിയിട്ടു കാര്യമില്ല. നിത്യേനയുള്ള വിവാദവ്യവസായത്തിന്റെ മറവിൽ നാം വേണ്ടതെല്ലാം മറക്കുന്നു.

ബേബി: കെ.ജി. സുബ്രഹ്മണ്യത്തിന് മാനവീയം പുരസ്കാരം കൊടുത്തപ്പോൾ പലരും ചോദിച്ചു, കൊടുക്കുമ്പോൾ ഇത്തിരിയെങ്കിലും പ്രശസ്തന് കൊടുത്തുകൂടേ? ആരാ കക്ഷി? എ. രാമചന്ദ്രനായിരുന്നു അവാർഡ് കമ്മിറ്റി അദ്ധ്യക്ഷൻ. അദ്ദേഹത്തെപ്പറ്റിയും ചിലർ ചോദിച്ചു: ആരാ രാമചന്ദ്രൻ? ഞാൻ പറഞ്ഞു: ക്ഷമിക്കണം, എനിക്കൊരു അബദ്ധം പറ്റി...

(കൂട്ടച്ചിരി)

അടൂർ : ചീത്ത കാര്യത്തിനും നല്ല കാര്യത്തിനും ഒരേ രീതിയിലുള്ള ചർച്ചയാണ് കേരളത്തിൽ നടക്കുന്നത്, അതാണ് പ്രശ്നം. അടിസ്ഥാന വിവരം മനസ്സിലാക്കാതെയാണ് ചർച്ചയ്ക്കിറങ്ങുന്നത്.

ബേബി: കാര്യം മനസ്സിലാക്കിയിട്ടുവേണം അഭിപ്രായം പറയാനെന്ന തോന്നലൊന്നും ആർക്കുമില്ല.

വർത്തമാനം വിവാദത്തിൽ നിന്ന് ചിത്രകലയിലേക്ക് നീങ്ങി.

അടൂർ : ഞാനൊരിക്കൽ ആംസ്റ്റർഡാമിലൂടെ പോകുകയായിരുന്നു. അപ്പോഴാണ് വാൻഗോഗിന്റെ ഇരുന്നൂറാം പിറന്നാൾ പ്രമാണിച്ച് വാൻഗോഗിന്റെ സർവ്വ ചിത്രങ്ങളും പ്രദർശിപ്പിക്കുന്നു എന്ന വിവരം കിട്ടുന്നത്. അതു പോയി കണ്ടു. കുറച്ചു പ്രിന്റുകളും വാങ്ങി.

1969 മുതൽ ഞാൻ തനിച്ച് ധാരാളം യാത്ര ചെയ്യുന്ന ആളാണ്. അന്നു മുതൽ ഏതു നഗരത്തിൽ പോയാലും മിനിമം ഒരു ഗാലറി സന്ദർശിക്കും. അതു കാരണം എല്ലാ മാസ്റ്റേഴ്സിന്റെയും ഒറിജിനൽ വർക്കുകൾ കാണാനായി.

ബേബി: ഒരിക്കൽ ബീജിംഗിൽ വച്ച് എനിക്ക് പിക്കാസോയുടെ ഒറിജിനൽ ചിത്രം കാണാനായി. ആ സമയത്ത് ബീജിംഗ് മോഡേൺ ആർട്ട് ഗാലറിയിൽ ഒരു പ്രദർശനം നടക്കുകയായിരുന്നു. അതുപോലെ ഒരിക്കൽ പാരീസിൽ പോയപ്പോൾ ദാലിയുടെ മെൽറ്റിംഗ് ക്ളോക്കിന്റെ ശില്പരൂപം കാണാനായി. അത് ആദ്യമായാണ് അറിയുന്നത്. ചിത്രമല്ലേ മുമ്പ് കണ്ടിട്ടുള്ളൂ. അതും ഒരു അപൂർവ്വ ഭാഗ്യമായി.

നമ്മുടെ ചിത്രകാരന്മാരോട് ഞാൻ പലതവണ അഭ്യർത്ഥിച്ചിട്ടുണ്ട്. ഒരു രൂപ ടിക്കറ്റു വച്ചെങ്കിലും നിങ്ങളുടെ ഒരു ചിത്രപ്രദർശനം സംഘടിപ്പിക്കണം. നിലവാരമില്ലാത്ത സിനിമ കാണാൻ 50 രൂപ ടിക്കറ്റിനായി ആളുകൾ ഇടിക്കുന്നില്ലേ?

അടൂർ : ഗുണനിലവാരം കുറയുന്തോറും ടിക്കറ്റിന്റെ വില കൂടിക്കൊണ്ടിരിക്കും.

ബേബി: ഇൻവേഴ്സ് പ്രൊപ്പോർഷനാണത്.

അടൂർ : നാടകത്തിന്റെ കാര്യവും അങ്ങനെയാണ്. ഫ്രീയായി നാടകം കാണിച്ചതുമൂലം ആർക്കും ഇപ്പോ നാടകം കാണേണ്ട.

ബേബി : പ്രൊഫഷണൽ ട്രൂപ്പിന്റെ നാടകത്തിന് ടിക്കറ്റെടുക്കും. പക്ഷേ, ഗോദോയെ കാത്ത്' കാണാൻ ആരും വരില്ല.

അടൂർ : പണ്ടൊരിക്കൽ തിരുവനന്തപുരത്തെ ഒരു തിയേറ്റർ ഉടമ എന്നോടു പറഞ്ഞു: സാറേ, തീരെ കളക്ഷനില്ല. എത്ര തല്ലിപ്പൊളിപ്പടം ഇട്ടിട്ടും ആളു വരുന്നില്ല!

ബേബി: നമ്മുടെ സാംസ്കാരികരംഗത്തെപ്പറ്റിയുള്ള ഏറ്റവും വലിയ വിമർശനമാണത്.

ബേബി : ഇടത്തരക്കാരുടെ ഇടയിലുള്ള ഫ്രീ പാസ് സംസ്കാരം ഒരു വലിയ ഭീഷണിതന്നെയാണ്. ടിക്കറ്റുവച്ച് പരിപാടി നടക്കുമ്പോൾ ഫ്രീ പാസ് കിട്ടുന്നത് ഒരു പ്രസ്ററീജായി കരുതുന്നു.

അടൂർ : ഒരു കൊല്ലം ഞാൻ ഫെസ്റ്റിവൽ നടത്തിയല്ലോ. അന്നെനിക്കത് മനസ്സിലായി.

ബേബി: ഇന്ത്യാ ഇന്റർനാഷണൽ സെന്ററിൽ വച്ച് എർമാനോ ഓൽമിയുടെ ദ് ട്രീ ഓഫ് വുഡൻ ക്ളോഗ്സ് എന്ന സിനിമ കാണാനിടയായി. പക്ഷേ, പടം പകുതിയാകും മുമ്പേ തിയേറ്ററിൽ നിന്ന് കൊഴിഞ്ഞുപോക്കു തുടങ്ങിയിരുന്നു. പ്രതീക്ഷിച്ചതു കിട്ടാത്തതിലുള്ള നിരാശയായിരുന്നു അതിനു പിന്നിൽ.

അടൂർ : അതുപോലെ വോൾമിയുടെ ലജൻഡ് ഒഫ് ഹോളി ഡ്രങ്കാർഡ് എന്നൊരു ചിത്രമുണ്ട്. വെനീസ് ഫെസ്റ്റിവലിൽ ഞാൻ ജൂറി അംഗമായിരിക്കുമ്പോൾ ഈ ചിത്രത്തിനാണ് പുരസ്കാരം നൽകിയത്. വളരെ അപൂർവ്വമായേ സിനിമ എടുക്കാറുള്ളൂ. അദ്ദേഹം ഒരു പ്രഭുവാണ്. ഇപ്പോൾ പ്രായം ൭൦ൽ ഏറെയായിക്കാണും. അന്ന് അവാർഡ് വാങ്ങാനൊന്നും അദ്ദേഹം വന്നിരുന്നില്ല. ഒരു വീഡിയോ ഇന്റർവ്യൂ കൊടുത്തിരുന്നു. അത്രമാത്രം.

ബേബി: അടൂർ സാറും ഹെർസോഗും തമ്മിൽ ഒരിത്തിരി സാമ്യമുണ്ടല്ലോ. ആരെയും ആശ്രയിക്കാതെയാണല്ലോ സിനിമ എടുക്കുന്നത്. ആദ്യ സിനിമയുടെ തിരക്കഥയുമായി ഹെർസോഗ്, നിർമ്മാതാവിനെ കണ്ടപ്പോൾ സംവിധായകൻ എവിടെ' എന്നായിരുന്നു ചോദ്യം. ഞാൻ തന്നെ എന്നു പറഞ്ഞപ്പോൾ പുച്ഛം.

അടൂർ : എനിക്ക് വളരെ ബഹുമാനമുള്ള സംവിധായകനാണ് ഹെർസോഗ്. ഹെർസോഗ് തിരുവനന്തപുരത്ത് ചലച്ചിത്രമേളയ്ക്കു വന്നപ്പോൾ പ്രസംഗിച്ചു, ഫാസ് ബിന്ദർ ജീവിച്ചിരുന്നെങ്കിൽ എന്റെ സ്ഥാനത്ത് അദ്ദേഹമാണ് ഇവിടെ വരേണ്ടതെന്ന്.

ബേബി: അതാണ് ഹെർസോഗിന്റെ മഹത്ത്വം.

അടൂർ : വളരെ സ്പീഡിൽ ജീവിച്ചയാളായിരുന്നു ഫാസ് ബിന്ദർ. അദ്ദേഹത്തിന്റെ മാരിയേജ് ഒഫ് മരിയ ബ്രൗൺ' ബർളിൻ ഫെസ്റ്റിവലിൽ കളിക്കുമ്പോൾ കൊടിയേറ്റവുമായി ഞാനുമുണ്ട്. തിയേറ്ററിന്റെ വാതിലിൽ നിന്ന് പാട്ടിനനുസരിച്ച് ചുവടുവയ്ക്കുന്നു ഫാസ് ബിന്ദർ.

അത്തവണ ആ ചിത്രത്തിനായിരുന്നു പുരസ്കാരം. മറ്റു സംവിധായകർ ക്യാമറ സെറ്റ് ചെയ്യാനെടുക്കുന്ന സമയംകൊണ്ട് കക്ഷി സിനിമയെടുക്കുമെന്നാണ് ഒരു പറച്ചിൽ. അത്ര ഫാസ്റ്റാണ്. അദ്ദേഹം പെട്ടെന്ന് മരിച്ചല്ലോ. ഒരുപക്ഷേ, ഉള്ളിലെ ആ തോന്നലാകാം ആ വേഗതയ്ക്കു പിന്നിൽ. ഹെർസോഗ് പക്ഷേ, സമയമെടുത്ത് പടം ചെയ്യുന്നയാളാണ്.

ഹെർസോഗിന്റെ അഹൂറ ദ റാത്ത് ഓഫ് ഗോഡ് ഗംഭീര ചിത്രമാണ്.

ബേബി : വളരെ യൂണിക്കായ പടം. അതിലെ ഷോട്ട് എങ്ങനെ എടുത്തു? ആളുകളൊക്കെ ദുർഗമമായ വലിയകുന്ന് കയറിവരുന്ന രംഗമെടുക്കാൻ ക്യാമറ എവിടെവച്ചു? ആകാശസഞ്ചാരം നടത്താതെ കാളിദാസൻ ഹിമാലയത്തെ വർണ്ണിച്ചപോലെ. അവിശ്വസനീയം. എന്നെ ഏറെ ആകർഷിച്ചത് നരഭോജികൾ മനുഷ്യനെ കാണുമ്പോൾ ഓ ഫ്രഷ് മീറ്റ്!' എന്നു പറയുന്ന സംഭാഷണമാണ്.

ബഷീറിന്റെയും വി.കെ. എന്നിന്റെയും അംശമൊക്കെ അവിടെ വരുന്നുണ്ട്. അടൂർ സാറിന്റെ സിനിമ പോലെ വലിയ സംഭാവനയാണ് ഹെർസോഗിനെ കേരളത്തിലേയ്ക്ക് സാർ കൊണ്ടുവന്നതും. കേരളത്തിന്റെ ചലച്ചിത്രമേളയെപ്പറ്റി അദ്ദേഹം ഏറെ അഭിമാനത്തോടെയാണ് പറഞ്ഞത്.

ഹെർസോഗിൽ നിന്നും ബേബിയുടെ ഓർമ്മ പെട്ടെന്ന് ലാറ്റിനമേരിക്കയിലേക്കും അവിടെനിന്ന് മാർക്കേസിലേക്കും പോയി.

ബേബി: ഇപ്പോൾ ഗോബോയ്ക്ക് ഓർമ്മകൾ നഷ്ടപ്പെട്ടിരിക്കുന്നു. ഒരു വലിയ ഖനി നഷ്ടമായപോലെ.

അടൂർ : നാലഞ്ചുകൊല്ലം മുമ്പ് മാർക്കേസിന് കാൻസറാണെന്നു കേട്ടിരുന്നു.

ബേബി: അതിൽ നിന്നെല്ലാം അദ്ദേഹം രക്ഷപ്പെട്ടു.

അടൂർ : മൃണാൾസെന്നിന്റെ അടുത്ത സുഹൃത്താണ് മാർക്കേസ്. തമ്മിൽക്കണ്ടതിനെപ്പറ്റി മൃണാൾസെൻ എഴുതിയിട്ടുണ്ട്. ഹവാനയിൽ വച്ച് മാർക്കേസിനെയും കാസ്ട്രോയേയും നേരിൽക്കണ്ടു സംസാരിച്ചിട്ടുണ്ട്. അതേപ്പറ്റി എന്നോടു പറഞ്ഞിട്ടുമുണ്ട്.

ബേബി: ഗബ്രിയേൽ ഗാർസ്യാ മാർക്കേസിന്റെ ക്ളാൻഡെസ്റ്റൈൻ ഇൻ ചിലി: ദ അഡ്വഞ്ചേഴ്സ് ഒഫ് മിഗ്വേൽ ലിറ്റിൻ' എന്ന പുസ്തകത്തിന്റെ രചനയ്ക്ക് കാരണക്കാരൻ പ്രശസ്ത ചിലിയൻ സംവിധായകൻ മിഗ്വേൽ ലിറ്റിൻ ആയിരുന്നു. അദ്ദേഹം ഒരിക്കൽ തിരുവനന്തപുരം അന്താരാഷ്ട്ര ചലച്ചിത്രമേളയ്ക്ക് വന്നു. എനിക്ക് ആളിനെ അറിയില്ലല്ലോ. മേളയ്ക്കുവന്ന ക്യൂബൻ അംബാസഡർ, മിഗ്വേൽ ലിറ്റിനുമായി സംസാരിക്കുമ്പോഴാണ് ആളെ പിടികിട്ടുന്നത്. അപ്പോൾത്തന്നെ ഞാൻ അദ്ദേഹത്തെ പരിചയപ്പെട്ടു. പെട്ടെന്ന് ഒരു കൗതുകത്തിന് മാർക്കേസിന് ഞാനൊരു കത്തെഴുതി അദ്ദേഹത്തെ ഏല്പിച്ചു. ഒരു മലയാളി

ആരാധകന്റെ ആശംസയാണിത്. ഏകാന്തതയുടെ നൂറുവർഷങ്ങൾ ഇന്ത്യൻ ഭാഷകളിൽ ആദ്യമായി പരിഭാഷപ്പെടുത്തിയത് മലയാളത്തിലാണെന്ന് അഭിമാനത്തോടെ ഞാനതിൽ എഴുതി. മാത്രമല്ല, കാസ്ട്രോയുടെ കൂട്ടുകാരനായ മാർക്കേസിന് 1957ൽ ബാലറ്റിലൂടെ ആദ്യ കമ്മ്യൂണിസ്റ്റ് മന്ത്രിസഭ പിറന്ന സ്ഥാനമാണ് കേരളമെന്ന വിവരം സന്തോഷം പകരുമെന്ന വിശ്വാസത്തിൽ അതും ഉൾപ്പെടുത്തിയിരുന്നു.

ആ കത്ത് അദ്ദേഹം മാർക്കേസിന് കൊടുത്തോ എന്നറിഞ്ഞുകൂടാ.

അങ്ങനെയിരിക്കെയാണ് 1996-97 കാലത്ത് ക്യൂബൻ ഐക്യദാർഢ്യ സമിതിയുടെ യോഗത്തിൽ പങ്കെടുക്കാൻ ഞാൻ ക്യൂബയിലേക്ക് പോകുന്നത്. മെക്സിക്കോയിൽ ഒരു സ്റ്റോപ്പ് ഓവർ ഉണ്ട്. അവിടെവച്ച് മെക്സിക്കൻ അംബാസഡർ പറഞ്ഞു, ഈ നഗരത്തിൽ മാർക്കേസ് പതിവായി വന്നു താമസിക്കുന്ന ഒരു ഹോട്ടലുണ്ട്. വാസ്തുശില്പഭംഗിയുള്ള ഒരു പഴയ ഹോട്ടലാണത്. താങ്കൾക്ക് ഭാഗ്യമുണ്ടെങ്കിൽ അവിടെവച്ച് അദ്ദേഹത്തെ കാണാം. മെക്സിക്കൻ അംബാസഡറുടെ വശ്യമായ ആ വാഗ്ദാനത്തിൽ ഞാൻ വീണു. മെക്സിക്കൻ നഗരത്തിന്റെ ബാഹ്യഭംഗി കാണാൻ പോകാതെ ഞാൻ ആ ഹോട്ടലിൽ തമ്പടിച്ചു.

ഹോട്ടലിന്റെ റെസ്റ്ററന്റിലും ഉദ്യാനത്തിലുമായി സദാ ജാഗ്രതയോടെ ഞാൻ നിന്നു.

എന്നാൽ സ്വന്തം സാന്നിദ്ധ്യംകൊണ്ട് എന്നെ അനുഗ്രഹിക്കാൻ മാജിക്കൽ റിയലിസത്തിന്റെ തമ്പുരാന് ഉദ്ദേശ്യമില്ലെന്ന് പാഴായ കാത്തിരിപ്പ് തെളിയിച്ചു. എങ്കിലും നടക്കാതെപോയ സംഗമത്തിന് ചെലവിട്ട നിമിഷങ്ങൾ പ്രത്യേകാനുഭൂതി പകർന്നു. ഒ.എൻ.വി. സാറിന്റെ 'വെറുതെ മോഹിക്കുവാൻ മോഹം' എന്ന വരികൾ ഓർമ്മിച്ച നിമിഷങ്ങളായിരുന്നു അത്.

അടൂർ : കാസ്ട്രോയുടെ വലിയ ചങ്ങാതിയായിരുന്നു മാർക്വേസ്.

ബേബി : മാർക്വേസ് എല്ലാ രചനയും അച്ചടിക്കും മുമ്പ് ഫിഡലിന് ആദ്യം വായിക്കാൻ നൽകിയിരുന്നു.

ബേബി : നെരൂദ എല്ലാ സത്യങ്ങളും തുറന്നെഴുതിയ ആളാണ്. ന്യൂയോർക്കറിൽ വന്നൊരു കഥയുണ്ട്. കഥയാണോ യാഥാർത്ഥ്യമാണോ എന്നറിയില്ല. വിമാനത്തിൽ പരിചയപ്പെട്ട സ്ത്രീയുമായുള്ള ബന്ധത്തെപ്പറ്റി. ഏതാനും മണിക്കൂറുകൾ മാത്രമുള്ള അനുഭവം. മഹത്തായ ഏതു കഥയുംപോലെ ഒരുപാട് ജീവിതപാഠങ്ങൾ അതിലുണ്ട്.

പൗലോ കൊയ്‌ലോ രചനകൾ സാറ് വായിക്കാറുണ്ടോ?

അടൂർ : ഉണ്ട്.

ബേബി : അദ്ദേഹത്തിന്റെ രസകരമായ ഒരു വാചകം ജീവിതത്തിൽ പാഠമാണെന്നു തോന്നുന്നു. വലിയൊരു അഭിലാഷം നമ്മെ കീഴടക്കിക്കഴിഞ്ഞാൽ അതു സാക്ഷാത്കരിക്കാൻ പ്രപഞ്ചം ഗൂഢാലോചന നടത്തുമെന്ന് അദ്ദേഹം എഴുതിയിട്ടുണ്ട്.

അടൂർ : ആൽക്കെമിസ്റ്റ്' അക്കാര്യമാണ് പറയുന്നത്. ഗംഭീര രചനയാണത്.

ബേബി : പൗലോ കൊയ്‌ലോയുടെ കോളം പ്രസിദ്ധമാണ്. ലോകത്തിന്റെ നാനാഭാഗങ്ങളിൽ നിന്നായി ആരാധകർ അയച്ചുകൊടുക്കുന്ന നുറുങ്ങുകഥകളാവണം അദ്ദേഹം പോളിഷ് ചെയ്ത് അവതരിപ്പിക്കുന്നത്.

അറയും നിരയും അടൂരും

1975ൽ കേരളകൗമുദിയിൽ ഒരു പരസ്യം വന്നു. തിരുവനന്തപുരത്ത് അറയും നിരയുമുള്ള ഒരു പഴയ വീട് ലേലത്തിൽ വിൽക്കുന്നു. ഇന്ന് തമ്പാനൂരിൽ എസ്. എൽ. തിയേറ്റർ നിൽക്കുന്ന ഭാഗത്തായിരുന്നു ആ വീട്. പരസ്യം കണ്ടപ്പോൾ ലേലത്തിൽ പങ്കെടുത്തു വാങ്ങിയാലോ എന്നൊരു മോഹം. അങ്ങനെ ഞാനും സഹപാഠി ചിത്രലേഖയിലെ കുളത്തൂർ ഭാസ്കരൻനായരും കൂടി ലേലത്തിനു പോയി. വന്നിട്ടുള്ള മറ്റാളുകൾ വിറകുകടക്കാരാണ്.

ലേലത്തുക എണ്ണായിരമോ മറ്റോ എത്തിയെങ്കിലും കൂടിയ തുക കിട്ടിയില്ലെങ്കിൽ വിൽക്കുന്നില്ലെന്ന് ഉടമ ഉറപ്പിച്ചുപറഞ്ഞു. ഞാനും ഭാസ്കരൻ നായരും ഒന്നാലോചിച്ചിട്ട് തുക അല്പം കൂട്ടിപ്പറഞ്ഞു. ഒടുവിൽ അതിൽത്തന്നെ ലേലം ഉറപ്പിച്ചു. ഇനി എങ്ങനെയെങ്കിലും ഇളക്കിയെടുത്ത് എവിടെയെങ്കിലും കൊണ്ടുപോയി ഉറപ്പിക്കണം. അന്ന് വീടുവയ്ക്കാൻ എനിക്ക് വസ്തു ഇല്ല. കുന്നുകുഴിയിൽ വാടകവീട്ടിലാണ് താമസം. അറയുടെ ഒരു നിര എന്നു പറഞ്ഞാൽ ആയിരത്തിലധികം കഷണങ്ങളാണ്. വളരെ സ്വീകാര്യമായ ഒരു വാസ്തുശില്പവിദ്യയുടെ ഭാഗമാണ് കേരളത്തിലെ അറയും നിരയും. ചൂടിനെയും തണുപ്പിനെയും പ്രതിരോധിക്കാൻ ശേഷിയുള്ള വിധത്തിലാണ് അതിന്റെ നിർമ്മാണവിദ്യ.

ക്രമത്തിൽ നമ്പരിട്ടശേഷം ഞങ്ങൾ അറയുടെ പാളികൾ ഇളക്കി. ഇനി എവിടെ വയ്ക്കും? വാടകവീട്ടിൽ പറ്റില്ലല്ലോ? ഇപ്പോൾ ആക്കുളത്തെ വീടിരിക്കുന്നതിന് എതിർവശത്താണ് അന്ന് ചിത്രലേഖയുടെ സ്റ്റുഡിയോ കോമ്പൗണ്ട്. അവിടെ കൊണ്ടിടാം. മൊത്തം 20 ലോറി ലോഡാണ് ഈ അറയും നിരയും. കൂട്ടിയിട്ടാലും അതു ചില്ലറ സ്ഥ

അടൂർ : ജീവിതത്തെ വളരെ പോസിറ്റീവായി കാണുന്ന എഴുത്തുകാരനാണ് അദ്ദേഹം.

ബേബി: അപ്രിയ അനുഭവം, അപ്രിയ സത്യം, അപ്രിയ ഉപദേശം എന്നിവയെപ്പറ്റി ചെങ്കിസ്ഖാനെ ആധാരമാക്കി പൗലോ കൊയ്‌ലോയുടെ ഒരു കഥയുണ്ട്. റിഫ്ളക്ഷൻസ് എന്ന കൃതിയിൽ അതുണ്ട്, വേട്ടയ്ക്കു പോയ ചെങ്കിസ്ഖാൻ ദാഹിച്ചുവലഞ്ഞപ്പോഴാണ് ഒരു നീരുറവ കണ്ടത്. ചഷകമെടുത്ത് അദ്ദേഹം വെള്ളം പിടിച്ചു. അതു കുടിക്കാനെടുത്തപ്പോൾ ഫാൽക്കൺ വന്ന് തട്ടിക്കളഞ്ഞു. ചെങ്കിസ്ഖാന്റെ വളർത്തു പക്ഷിയാണ് ഫാൽക്കൺ. തെല്ലു ദേഷ്യത്തോടെ അതിനെ നോക്കിയ ശേഷം ചെങ്കിസ്ഖാൻ വീണ്ടും ചഷകത്തിൽ വെള്ളം നിറച്ചു. കുടിക്കാൻ ചുണ്ടോടടുപ്പിച്ചപ്പോൾ വീണ്ടും ഫാൽക്കൺ തട്ടിമറിച്ചു. ചെങ്കിസ്ഖാൻ വാശിയോടെ വീണ്ടും വെള്ളം നിറച്ച് ചുണ്ടോടടുപ്പിച്ചതും ഫാൽക്കൺ

ലമല്ല അപഹരിക്കുന്നത്. എന്തായാലും അടുക്കിവയ്ക്കാം. ഉടൻ വസ്തു വാങ്ങാനുള്ള കാശൊന്നും അന്ന് പോക്കറ്റിലില്ല. ഉള്ളതെല്ലാം എടുത്താണ് ലേലത്തിനു പോയത്. ഇനി എന്തു ചെയ്യും? ഒരു കൊല്ലത്തോളം ഉരുപ്പടി മഴയും വെയിലുമേറ്റ് കിടന്നു. നേരത്തെതന്നെ ആ അറയും നിരയും ഏറെ ദുരുപയോഗം ചെയ്യപ്പെട്ടതാണ്. ലോഡ്ജായും ട്യൂട്ടോറിയലായും. പലകകളിൽ നൂറുകണക്കിന് ആണി തറച്ചിരുന്നു. വൃത്തികെട്ട നിറങ്ങൾ തേച്ചിരുന്നു. ആർക്കു കണ്ടാലും അതു വാങ്ങി സ്വന്തമാക്കാൻ തോന്നില്ല. വിറകിനപ്പുറം ഉപയോഗമില്ലെന്നു പറയാം. അതെന്തായാലും വാങ്ങി സ്വന്തമാക്കിയില്ലേ. ഇനി വസ്തു വാങ്ങി വീടുവച്ചിട്ടുതന്നെ കാര്യം. അങ്ങനെ ഇപ്പോൾ ഈ വീടിരിക്കുന്ന വസ്തുവിന്റെ പഴയ ഉടമസ്ഥനെ കണ്ടു സംസാരിച്ചു. നേരെ എതിർവശത്താകുമ്പോൾ ഉരുപ്പടി ചുമന്നെങ്കിലും പറമ്പിൽ അടുക്കാമല്ലോ. വസ്തു വിൽക്കാൻ ഉടമസ്ഥൻ തയ്യാറായിരുന്നു. പക്ഷേ, ഒരു വക്കീൽ പറഞ്ഞു, മൈനറുള്ള ഭൂമിയാണ്. സൂക്ഷിക്കണം. ആ പറച്ചിലിൽ ഒരു കൊല്ലം പോയി. പിന്നെ ഞാൻ തീരുമാനിച്ചു, എന്തോന്ന് മൈനർ? വസ്തുവാങ്ങുകതന്നെ. വീണ്ടും ഉടമസ്ഥനെ കണ്ടപ്പോൾ ഇരട്ടി വില, പഴയ വക്കീലിനെ കാണാതെ അതങ്ങ് ഉറപ്പിച്ചു. വസ്തു വാങ്ങി.

എട്ടുമാസംകൊണ്ടാണ് ഈ കെട്ടിടം ഉയർന്നത്. ഞാൻ തന്നെയായിരുന്നു മേൽനോട്ടം. അറയും നിരയും പഴയപോലെ കൂട്ടാൻ ആളെക്കിട്ടാതെ ഏറെ വലഞ്ഞു. അഞ്ചോ ആറോ കൂട്ടർ വന്നുപോയി. ഒടുവിൽ പ്രായമുള്ള ഒരാളാണ് കൂട്ടിവച്ചത്.

എല്ലാം കൂട്ടിക്കഴിഞ്ഞപ്പോൾ തടിയുടെ ഭംഗി നിലനിറുത്താൻ പിന്നെയും അദ്ധ്വാനിക്കേണ്ടിവന്നു. അതിന് പ്രത്യേക വുഡ്കോട്ട് വരുത്തി അടിച്ചു. 1977 ഡിസംബറിൽ ഇവിടെ താമസമായി..

തട്ടിയതും ഒപ്പം. ഇത്തവണ ചെങ്കിസ്ഖാൻ അതിനെ അരിഞ്ഞു വീഴ്ത്തി. ആ നിമിഷം അരുവിയിലെ ഒഴുക്കു നിലച്ച് വെള്ളം വരാതായി. ഇതെന്തുകഥ? ചെങ്കിസ്ഖാനും കൂട്ടരും അരുവിയുടെ ഉറവിടം തേടിച്ചെന്നപ്പോൾ അവിടെ ഉഗ്രവിഷമുള്ള പാമ്പ് ജലാശയത്തിൽ ചത്തു കിടക്കുന്നു. അപ്പോൾ അദ്ദേഹം പരുന്തിനെ ഓർത്തു. തന്റെ ജീവൻ രക്ഷിക്കാൻ ശ്രമിച്ച് വീരമൃത്യു ഏറ്റുവാങ്ങിയ പരുന്ത്. സുഹൃത്ത് എത്ര ചെറിയവനായാലും ഉപദേശം എത്ര അപ്രിയമാണെങ്കിലും അതിനു പിന്നിലൊരു മഹാസത്യം ഉണ്ടാകാമെന്ന ഗുണപാഠമാണ് കഥയിലുള്ളത്.

അടൂർ : അതെ. അതൊരു വലിയ പാഠമാണ്.

ബേബി: ചെങ്കിസ്ഖാൻ അതിൽ നിന്നു പാഠം പഠിച്ചു. തനിക്ക് പ്രിയമായതു മാത്രം ഒരാൾ എപ്പോഴും പറഞ്ഞുകൊണ്ടിരിക്കണമെന്നില്ല. അങ്ങനെ പറയാത്തവരോട് ദേഷ്യം തോന്നിയിട്ടും കാര്യമില്ല.

ഇതിനിടെ കാർ ഒരു സിഗ്നലിൽ നിന്നപ്പോൾ ബേബി പറഞ്ഞു: നമ്മൾ നിലമേൽ എത്തിയെന്നു തോന്നുന്നു.

അടൂർ: അതെ. നിലമേലൊക്കെ എത്ര പെട്ടെന്ന് ഉണർന്നെണീറ്റെന്നറിയാമോ? ഇവിടെങ്ങും ഒന്നുമുണ്ടായിരുന്നില്ല. തിരുവനന്തപുരത്തേക്ക് വരുന്ന ബസ് നിറുത്തിയാലായി. ബസ്സിൽ കയറിയിട്ട് ഏറെ നാളായി. ബസ് യാത്രയുടെ ഏറ്റവും വലിയ പ്രശ്നം എന്താണെന്നുവച്ചാൽ നമ്മളെ കണ്ടുകഴിഞ്ഞാൽ ആളുകൾ ഉടൻ ചോദിക്കും: ഇപ്പോ പടം ഒന്നുമില്ല അല്ലേ?

ആ ചോദ്യത്തിനകത്തുതന്നെ ഉത്തരമുണ്ട്. അതൊരു സ്റ്റേറ്റ്മെന്റാണല്ലോ. പിന്നെന്തു പറയാനാണ്? നമ്മൾ ബ്ളീച്ചായപോലെ പറയും: ഇല്ല!

ബേബി : ദോശ ചുടുംപോലെ സിനിമ എടുത്തുകൊണ്ടിരിക്കണമെന്നാണ് ജനം പറയുന്നത്...

അടൂർ : സത്യജിത് റേ എന്നോടു പറഞ്ഞിട്ടുണ്ട്. മതിയാവോളം അംഗീകാരം കിട്ടിയില്ലേ, ഇനി അടൂർ വർഷത്തിലൊരിക്കൽ ഒരു സിനിമ എടുക്കണം. അദ്ദേഹം അങ്ങനെ ചെയ്തിട്ടുണ്ട്. ഒരുവർഷം രണ്ടു സിനിമ വരെ എടുത്തിട്ടുണ്ട്. ഞാൻ പറഞ്ഞു, മണിക് ദാ, എനിക്കും ആഗ്രഹമുണ്ട്. പക്ഷേ, നടപ്പില്ല. മുഖാമുഖം കണ്ടിട്ട് റേ എന്നോട് ചോദിച്ചു: അധികസമയവും ഉറങ്ങുന്ന ഒരാളെ നായകനാക്കി സിനിമയെടുക്കുക എന്നു പറഞ്ഞാൽ ശരിക്കും സാഹസമാണ്. ഇക്കഥ എവിടെനിന്നെങ്കിലും അഡാപ്റ്റ് ചെയ്തതാണോ?

അല്ല. എന്റെ ഒറിജിനൽ കഥയാണ്.'

എങ്കിൽ എനിക്ക് അടൂർ പറയുന്നത് മനസ്സിലാകും.'

പ്രാക്കുളത്തെ പള്ളി

സത്യജിത് റേ സിനിമകളുടെ കഥകൾ ഏറെയും അഡാപ്റ്റേഷൻ ആയിരുന്നല്ലോ. നമുക്ക് ഒരു കാര്യം ഇഷ്ടപ്പെട്ടുകഴിഞ്ഞാൽ അഡാപ്റ്റേഷൻ എളുപ്പമാണ്.

ബേബി : പഥേർ പഞ്ചാലി ഒരുക്കിയതിനു പിന്നിലുള്ള സാഹസികത വേണമെങ്കിൽ വേറൊരു സിനിമയ്ക്കുള്ള ഇതിവൃത്തമാണ്.

അടൂർ : അതെയതെ.

ബേബി : പടമെടുക്കാൻ ഭാര്യയുടെ ആഭരണം മുഴുവൻ പണയം വയ്ക്കേണ്ടിവന്നല്ലോ സത്യജിത് റേയ്ക്ക്. ഇത്രയും പറഞ്ഞിട്ട് ബേബി പിൻസീറ്റിൽ അടൂരിന്റെ പത്നിയെ നോക്കി ചോദിച്ചു: ഇവിടെ അങ്ങനെയൊന്നും വേണ്ടിവന്നിട്ടില്ലല്ലോ?

അടൂർ : ഇല്ല.

ബേബി : ബംഗാൾ സർക്കാരിന്റെ പബ്ളിക്ക് വർക്സ് ഡിപ്പാർട്ട്മെന്റിനെ സത്യജിത് റേ സിനിമാനിർമ്മാണത്തിന് ഉപയോഗപ്പെടുത്തിയിരുന്നു.

അടൂർ : അല്ലാതെ വഴിയില്ല. പഥേർ പഞ്ചാലി പൂർത്തിയാക്കാൻ പണമില്ലാത്തതിനാൽ കുടുംബ സുഹൃത്തായ ബി.സി. റോയിയെ റേ സമീപിച്ചു. കലാരസികനും മികച്ച ഭരണാധികാരിയുമായിരുന്നു അദ്ദേഹം. പാതയുടെ ഗാഥ' എന്നാണ് പഥേർ പഞ്ചാലിയുടെ അർത്ഥം. ബി.സി. റോയി അപ്പോൾ ഒരു വഴി കണ്ടെത്തി. പൊതുമരാമത്ത് വകുപ്പിൽ നിന്ന് പടം പൂർത്തിയാക്കാൻ പണം അനുവദിക്കാം. പാതയുടെ ഗാഥയല്ലേ. അങ്ങനെയാണ് ബംഗാൾ പി.ഡബ്ളിയു.ഡി. പഥേർ പഞ്ചാലിയുടെ നിർമ്മാണത്തിൽ പങ്കാളിയാകുന്നത്. വളരെ നല്ലൊരു കാര്യമാണ് വഴിവിട്ടാണെങ്കിലും റോയി ചെയ്തത്. ഗാന്ധിഗ്രാമിൽ പഠിക്കുമ്പോഴാണ് ആദ്യമായി ഞാൻ പഥേർ പഞ്ചാലി കാണുന്നത്. ശാന്തിനികേതനിൽ നിന്നുള്ള ഒരാൾ ഗാന്ധി ഗ്രാമിൽ ഉണ്ടായിരുന്നു. അദ്ദേഹം കൽക്കട്ടയിൽ പോയി വന്നപ്പോൾ പഥേർ പഞ്ചാലിയുടെ 16 എം.എം. പ്രിന്റ് കൊണ്ടുവന്ന് കാണിക്കുകയായിരുന്നു. അതു കണ്ട ജി.ശങ്കരപ്പിള്ളസാർ പറഞ്ഞു, ഇതു സത്യജിത് റേ എന്നൊരാൾ എടുത്ത ചിത്രമാണ്. ഈ പടത്തിന് വലിയ അംഗീകാരം വിദേശത്ത് കിട്ടിയിട്ടുണ്ട്. ശാന്തിനികേതനിൽ പഠിച്ച ആളാണ് റേ – ഇതാണ് റേയെപ്പറ്റി ആദ്യം കിട്ടുന്ന പരിചയപ്പെടൽ.

ബേബി : കൊല്ലം എസ്.എൻ. വനിതാ കോളേജിൽ പഥേർ പഞ്ചാലിയുടെ ഒരു ഷോ ഉണ്ടായിരുന്നു. അവിടെ ആൺകുട്ടികൾക്ക് പ്രവേശനമില്ല. പക്ഷേ, ഞാൻ നുഴഞ്ഞുകയറി കണ്ടു.

അടൂർ : ചിത്രലേഖ ഒരുക്കിയ പ്രദർശനമായിരുന്നു അത്. എനിക്ക് വരാൻ കഴിഞ്ഞില്ല. മാരി സ്വേറ്റൺ വന്നിരുന്നു. റേയെപ്പറ്റി മാരി സ്വേറ്റൺ എഴുതിയ പുസ്തകം വളരെ മികച്ചതാണ്. അവർ റഷ്യയിൽ പോയി ഐസൻസ്റ്റീനെപ്പറ്റിയും പുസ്തകം എഴുതിയിട്ടുണ്ട്. ഐസൻസ്റ്റീൻ അന്ന് ഭരണകൂടത്തിന് അനഭിമതനായിട്ടില്ല. എന്നാൽ, ഐവാൻ ദ

ബേബിയുടെ പിതാവ് മരിയൻ അലക്സാണ്ടർ (ഇടത്തേ അറ്റം)
അമ്മ ലില്ലി (നടുവിൽ) അമ്മയുടെ അടുത്തുനിൽക്കുന്ന കുട്ടി ബേബി

ടെറിബിളിന്റെ രണ്ടാം ഭാഗം പുറത്തിറങ്ങാതിരിക്കുകയായിരുന്നു. മേരിസ്വേറ്റൺ ഇടപെട്ടതു കാരണമാണ് ഈ പടത്തെപ്പറ്റി പുറംലോകം അറിയുന്നത്.

ബേബി: ഐസൻസ്റ്റീനിന്റെ അവസാനചിത്രം ക്യൂ വിവ മെക്സിക്കോ അദ്ദേഹത്തിന്റെ ഒരു അനുയായി പൂർത്തിയാക്കി ഡൽഹിയിൽ കൊണ്ടുവന്ന് പ്രദർശിപ്പിച്ചതോർക്കുന്നു.

അടൂർ : ആ അനുയായി ക്യാമറാമാനായിരുന്ന അലക്സാണ്ടറോഫ് ആണ്. ഹോളിവുഡ്ഡിൽ നിന്നുള്ള ക്ഷണമനുസരിച്ചാണ് ഐസൻസ്റ്റീൻ ഈ പടമെടുത്തത്. പിന്നീട് അവരുമായി തെറ്റി, എന്തോ കാരണത്താൽ. അങ്ങനെ പകുതിക്കുവച്ച് നിന്നു. അതാണ് അലക്സാണ്ടറോഫ് പൂർത്തിയാക്കിയത്.

ബേബി : ഐസൻസ്റ്റീൻ അങ്ങനെ പോകാൻ പാടില്ലായിരുന്നു.

അടൂർ : യൂറോപ്പിൽ ഒരു രീതിയുണ്ട്. സിനിമയുടെ ഒരു ഘട്ടം പിന്നിനട്ടാൽ ഹോളിവുഡ്ഡിൽ ചേക്കേറുക. എല്ലാ പ്രമാണികളും അവിടെ പോയി വീണിട്ടുണ്ട്. അവസാനം ഹോളിവുഡ്ഡിലേക്കു പോയത് റൊമാൻ പൊളാൻസ്കിയാണ്. അവിടെച്ചെന്ന് എന്തെല്ലാം കുഴപ്പങ്ങളാണ് അദ്ദേഹം കാട്ടിയത്. പൊളാൻസ്കിയുടെ ഏറ്റവും നല്ല പടം 'നൈഫ് ഇൻ ദ വാട്ടർ' ആണ്. മൂന്നു കഥാപാത്രങ്ങളേയുള്ളൂ. ബേബി കണ്ടിട്ടില്ല. അല്ലേ?

ബേബി : ഇല്ല. കാണാതെ പോയ ചിത്രവും കേൾക്കാതെ പോയ സംഗീതവും വായിക്കാതെ പോയ പുസ്തകങ്ങളും ഒരുപാടുണ്ട്.

അടൂർ : എല്ലാവർക്കും അങ്ങനെയുണ്ട്.

ബേബി : റാഷമൺ കണ്ടത് ഞാൻ ഒറ്റയ്ക്കിരുന്നാണ്. പൂന ഫിലിം ഇൻസ്റ്റിറ്റ്യൂട്ടിൽവച്ച്. അന്ന് ജോൺ ശങ്കരമംഗലമാണ് ഡയറക്ടർ. ഒരിക്കൽ പാർലമെന്റ് സമിതിക്ക് ബോംബെയും പൂനയും സന്ദർശിക്കാനുണ്ടായിരുന്നു. ആ സന്ദർശനപ്പട്ടികയിൽ പൂന ഫിലിം ഇൻസ്റ്റിറ്റ്യൂട്ടും ഉൾപ്പെടുത്തി. അപ്പോഴേക്കും ഇൻസ്റ്റിറ്റ്യൂട്ടിൽ പരിഭ്രാന്തി. എന്തിനാണ് സമിതി വരുന്നത്? ഞാൻ പറഞ്ഞു, പേടിക്കാനില്ല, നല്ലൊരു സിനിമാ ശേഖരം അവിടെ ഉണ്ടല്ലോ.

ചില പടങ്ങൾ കാണാനാണ് വരുന്നത്. ഞാനാണ് സമിതി ചെയർമാൻ. അതുകൊണ്ട് ഞാൻതന്നെ നിർദ്ദേശിച്ചു. റാഷമൺ കാണാം. എല്ലാ എം.പിമാരും ഉണ്ടാകും. രസമതല്ല, ഞാൻ സഹജീവികളോടു പറഞ്ഞപ്പോൾ അവർക്ക് വലിയ ഉത്സാഹമുണ്ടായില്ല.

അടൂർ : റാഷമൺ ഏതോ മോനാന്ന് അവർ വിചാരിച്ചുകാണും (ചിരി).

ബേബി: ഷോയുടെ സമയമായപ്പോൾ എം.പിമാരെല്ലാം ഷോപ്പിംഗിന് പോയി. ഞാൻ ഒറ്റയ്ക്കിരുന്ന് കണ്ടു. ശങ്കരമംഗലത്തോടു ഞാൻ പറഞ്ഞു: ഇതു ലോകറെക്കോഡാകും. തിയേറ്ററിൽ ഒറ്റയ്ക്ക് ഒരാളിരുന്ന് സിനിമ കാണുന്ന അപൂർവ്വ ബഹുമതി ഞാൻ സ്വയം സൃഷ്ടിച്ച് സ്വീകരിക്കുന്നു.

ഇത്രയും പറയുന്നതിനിടെ റോഡിൽ ഒരു ബൈക്കുകാരന്റെ അപകടകരമായ നീക്കം. അടൂർ അയാളെ നോക്കി പറഞ്ഞു, നിരത്തിലിറങ്ങിയാൽ ഓവർടേക്ക് ചെയ്തേ പറ്റൂ എന്നാണ് തോന്നൽ.

സംഭാഷണം തുടരുന്നതിനിടെ കാർ നിലമേൽ ജംഗ്ഷൻ കടന്നു. എന്തോ ഓർത്തിട്ടെന്നപോലെ ബേബി പറഞ്ഞു: നിലമേൽ അടുത്ത് ഒരു പഴങ്കഞ്ഞിക്കട ഉണ്ടായിരുന്നു. ഞാനൊരിക്കൽ അവിടെനിന്ന് ഭക്ഷണം കഴിച്ചു. രാവിലെ മുതൽ അവിടെ പഴങ്കഞ്ഞി കിട്ടും. ഒരു വീട്ടുകാർ നടത്തുന്ന കടയാണ്, ഉച്ചയ്ക്ക് പതിവുപോലെ ഊണും കിട്ടും. ബോർഡ് വച്ചാണ് നടത്തുന്നത്. ചാനലുകളിൽ അതേപ്പറ്റി ഫീച്ചറൊക്കെ വന്നു.

അടൂർ : ചാനലുകൾ കാട്ടുന്നത് പലതും പഴങ്കഞ്ഞിയായപ്പോൾ പഴങ്കഞ്ഞിക്കട പിടിച്ചതാകും. അതെന്തായാലും പഴങ്കഞ്ഞി വളരെ നല്ല സംഗതിയാണ്. മുമ്പൊക്കെ നാട്ടിലെ പ്രധാന ആഹാരമായിരുന്നു. പഴങ്കഞ്ഞിയിലെ ബാക്ടീരിയൽ ആക്ഷൻ ആരോഗ്യത്തിന് നല്ലതാണ്. പക്ഷേ, പഴങ്കഞ്ഞി കഴിച്ചാൽ നല്ലപോലെ ജോലി ചെയ്യണം. എങ്കിലേ ദഹിക്കൂ!

ബേബി : അതിന് ആരാണിപ്പോൾ പണിയെടുക്കുന്നത്? സർക്കാർ ഉദ്യോഗസ്ഥരായ സുഹൃത്തുക്കളോട് ഞാൻ കളിയാക്കി പറയാറുണ്ട്: നിങ്ങളിൽ ചിലർക്കെങ്കിലും വെറുതെ ശമ്പളവും പെൻഷനും തരികയാണ്. ഇനിയെങ്കിലും മെയ്യനക്കണം. ഇല്ലെങ്കിൽ പെൻഷൻകാശ് ആശുപത്രിയിൽ പോകും.

അടൂർ : എത്രയോ ശരിയാണത്.

ബേബി : രാത്രി ഒമ്പതുവരെ സെക്രട്ടേറിയറ്റിൽ ജോലി ചെയ്യുന്നവരെ എനിക്കറിയാം. അതുപോലെ മുങ്ങൽവിദഗ്ദ്ധരും അവിടെയുണ്ട്. ആർക്കും ഒന്നും ചെയ്തുകൊടുക്കാതെ നിർവൃതിയടയുന്നവർ.

അടൂർ : റിട്ടയർ ചെയ്തവർ പെൻഷന് ക്യൂ നിൽക്കുമ്പോഴെങ്കിലും ആലോചിച്ചാൽ നന്നായിരുന്നു. ഒരു സംഘം ഉദ്യോഗസ്ഥർ ധിക്കാരത്തോടെയാണ് പെരുമാറുന്നത്. മുമ്പ് എന്റെ വീട്ടിലെ പൈപ്പിൽ ആഴ്ചയിലൊരിക്കലാണ് വെള്ളം വന്നുകൊണ്ടിരുന്നത്. വരുന്നത് വെള്ളമല്ല ചെളിയാണ്. പൈപ്പു മുഴുവൻ അതോടെ അടയും. ഒരിക്കൽ ഞാൻ വാട്ടർ വർക്സിൽ പരാതി കൊടുത്തു. ഉടൻ മറുപടി: 'നിങ്ങൾ പോയി മന്ത്രിയോടു പരാതി പറയൂ.'

ഞാൻ ചോദിച്ചു: മന്ത്രിയാണോ പൈപ്പ് കണക്ട് ചെയ്യുന്നത്! ആകട്ടെ, പുതിയ ലൈനൊക്കെ വരുന്നെന്നു കേട്ടു. ഞങ്ങൾക്ക് വെള്ളം കിട്ടുമോ സാറേ?

'ഒരു കാരണവശാലും കിട്ടില്ല.'

'എങ്കിൽ എന്റെ ലൈൻ കട്ട് ചെയ്തോ. ഞാൻ കിണറ്റിൽ നിന്ന് എടുത്തോളാം.'

അന്നു ഞാൻ പൈപ്പ് കണക്ഷൻ കട്ട് ചെയ്തതാണ്. ഇപ്പോൾ 20 വർഷത്തിലധികമായി കിണറ്റിലെ വെള്ളമാണ് ഉപയോഗിക്കുന്നത്. രസം അതല്ല, പൈപ്പ് കട്ട് ചെയ്തിട്ടും മാസങ്ങളോളം ബിൽ വന്നുകൊണ്ടിരുന്നു! ഒടുവിൽ വാട്ടർ വർക്സിലെത്തി ഞാൻ പറഞ്ഞു: നിങ്ങൾക്കെതിരെ ഞാൻ കേസ് കൊടുക്കും. അതോടെ നിന്നു.

ബേബി: നമുക്ക് ശാസ്ത്രീയമായ വാട്ടർ റിസോഴ്സ് മാനേജ്മെന്റ് നയമില്ല. ഇ.എം.എസ്. അക്കാദമി തുടങ്ങിയപ്പോൾ വാട്ടർ ഹാർവെസ്റ്റിനെപ്പറ്റി വ്യാപകമായ ബോധവൽക്കരണം തുടങ്ങിയിരുന്നു. ഓരോ പ്രദേശത്തെയും വെള്ളത്തിന്റെ ആവശ്യം അതതിടങ്ങളിലെ ജല ഉറവിടത്തിൽ നിന്നും നിറവേറ്റാനാകും. അതിനു സർക്കാർ സഹായിച്ചാൽ മതി. ഉദാഹരണത്തിന് പല പ്രദേശങ്ങളിലും ക്ഷേത്രക്കുളം ഉണ്ടാകും. ക്ഷേത്രകമ്മിറ്റിയുടെ സമ്മതത്തോടും സഹകരണത്തോടും കൂടി ആ ജലം ശുദ്ധീകരിച്ച് പരിസരത്ത് വിതരണം ചെയ്യാനാകും. ഇങ്ങനെ വികേന്ദ്രീകൃത ജലവിതരണം നടത്തിയാൽത്തന്നെ കുടിനീർ പ്രശ്നം പരിഹരിക്കാം.

അടൂർ : തിരുവനന്തപുരത്ത് മുമ്പ് വിതരണം ചെയ്തിരുന്നത് ശുദ്ധജലമായിരുന്നു. ഇന്ന് ഒരുതരം ശുദ്ധീകരണവുമുണ്ടെന്ന് തോന്നുന്നില്ല.

ബേബി : ആ അശ്രദ്ധമൂലം നമ്മുടെ ആയുസ്സ് കുറഞ്ഞുകൊണ്ടിരിക്കയാണ്. മലയാളിക്ക് കുടിവെള്ളത്തിന് ജപ്പാന്റെ സഹായം വേണമെന്നു പറയുന്നത് അപമാനകരമാണ്.

അടൂർ : വയൽക്കൃഷി നിറുത്തിയതിന്റെ പ്രത്യാഘാതം മലയാളി അനുഭവിക്കാൻ പോകുന്നതേയുള്ളൂ. വയലിൽ നിറഞ്ഞുനിൽക്കുന്ന വെള്ളമായിരുന്നല്ലോ പ്രദേശത്തെ കിണറുകളെ സമൃദ്ധമാക്കിയിരുന്നത്. ഇന്ന് വയലില്ല. നദിയില്ല. മഴയുമില്ല.

ബേബി: നദിയുടെ ശവം മണലായി ലോറികൾ കൊണ്ടുപോകുന്നുവെന്ന് പി.പി.രാമചന്ദ്രന്റെ ഒരു കവിതയുണ്ട്.

നമ്മുടെ കായലാകെ മലിനമായിരിക്കുന്നു. ഹൗസ്ബോട്ടുകളിലെ മാലിന്യം കായലിൽ തള്ളുകയാണ്. ഇവ കരയിൽ സംസ്കരിക്കാൻ കർശന നടപടി ഉണ്ടാകണം. ഇല്ലെങ്കിൽ സമീപഭാവിയിൽ കായൽ കാണില്ല, മാലിന്യക്കയം മാത്രമേ കാണൂ.

അടൂർ : കായലുകളിൽ ഏറ്റവും സൗന്ദര്യമുള്ളത് അഷ്ടമുടിക്കായലിനാണ്. ഒരിക്കൽ ഞാൻ ഗുഹാനന്ദപുരത്തേക്ക് പോകുകയായിരുന്നു. സന്ധ്യയ്ക്ക് മീൻപിടിക്കാൻ ചീനവല ഇറക്കുകയാണ്. ഇത്ര മനോഹരമായ കാഴ്ച ഞാൻ കണ്ടിട്ടില്ല.

ബേബി : നമ്മൾ കൊട്ടാരക്കരയിലെത്തി.

അടൂർ : നമ്മൾ യാത്ര തുടങ്ങിയിട്ട് ഒന്നരമണിക്കൂറാകുന്നു.

ബേബി : മുമ്പ് ഇവിടെ റോഡുവക്കിൽ ഒരു പോറ്റിഹോട്ടൽ ഉണ്ടായിരുന്നു. ഇ.എം.എസ്. ഈ വഴിയുള്ള യാത്രയിൽ അവിടെ കയറി കാപ്പി കുടിക്കുമായിരുന്നു.

അടൂർ : ഞങ്ങളൊക്കെ ആ പോറ്റിഹോട്ടലിലെ കസ്റ്റമേഴ്സായിരുന്നു. ഒന്നാന്തരം ദോശയായിരുന്നു.

ബേബി : നമ്മുടെ നാടൻകടകളെല്ലാം പോയി. രുചിയും പോയി. എല്ലാം ഫാസ്റ്റ് ഫുഡായി!

അടൂർ : എല്ലാം നാശമായി! ദോശയെക്കാൾ ഫാസ്റ്റായ എന്തു ഫുഡ്ഡാ ഉള്ളത്? 'ശൂ' എന്നൊരു ശബ്ദം കേട്ടുതീരുംമുമ്പേ ദോശ മുന്നിലെത്തില്ലേ?

ബേബി : ഫാസ്റ്റ് ഫുഡിനു പിറകെ പോകുന്നവർ എം.ഡി. രാമനാഥനെ കണ്ടിരുന്നെങ്കിൽ ഫാസ്റ്റ് നമ്പരിൽ പാടുമോ എന്നു ചോദിച്ചേനേ!

(കൂട്ടച്ചിരി)

അടൂർ : രാമനാഥൻ ഡും ഡും ഡു ഡും ഡും!

ബേബി : വേഗത മാറുമ്പോൾ എന്തെല്ലാം മാറ്റമുണ്ടാകുന്നു? ഫെഡറർ ഏഴാമത് വിംബിൾഡൺ ജയിച്ചല്ലോ? മൂന്നു സെറ്റ് കളിയായിരുന്നെങ്കിൽ ഫെഡറർ വിംബിൾഡൺ ജയിക്കില്ല. കാരണം ആദ്യ രണ്ടു സെറ്റ് എതിരാളി നേടിയിരുന്നു. അഞ്ചു സെറ്റായതുകൊണ്ടാണ് ഫെഡറർക്ക് തുടർന്നു പിടിക്കാനായത്. അതായത് കളിയുടെ സമയം ചുരുക്കിയാൽ

എല്ലാം തകിടം മറിയും. പാട്ടിന്റെ കാര്യം പറയാനില്ല. ക്രിക്കറ്റിൽ തന്നെ വൺഡേ, ട്വന്റി ട്വന്റി ഒക്കെ വന്നതോടെ കളിയുടെ ഗ്രാമർ മാറി.

അടൂർ : പഴയ തലമുറയിലുള്ളവർക്ക് ഫാമിലി പ്ളാനിംഗ് ഉണ്ടായിരുന്നെങ്കിൽ നമ്മളാരും ജനിക്കില്ലായിരുന്നു.

ബേബി : ടാഗോർ തന്നെ ഉദാഹരണം. അദ്ദേഹം ഫാമിലി പ്ളാനിംഗിന്റെ ആളാണ്. പക്ഷേ, ടാഗോറിന്റെ അച്ഛൻ അതുപാലിച്ചിരുന്നെങ്കിൽ നമുക്ക് ഗീതാഞ്ജലി ലഭിക്കുമായിരുന്നില്ല. വീട്ടുകാര്യത്തിലേക്ക് വന്നതുകൊണ്ട് ചോദിക്കട്ടെ, അമ്മയെ സംരക്ഷിക്കുന്നതിലൊക്കെ അതീവ താത്പര്യമെടുത്തിരുന്നു എന്നു കേട്ടിട്ടുണ്ട്.

അഷ്ടമുടിക്കായലിന്റെ കരയിൽ

അടൂർ : ഞാൻ മർച്ചന്റ് നേവിയിൽ ചേരാൻ പോയ ആളാണ്. എന്റെ കാൽവിരലിലൊന്ന് മേലോട്ടിരിക്കയാണ്. അതുകൊണ്ട് തള്ളി. മാർച്ചന്റ് നേവിയിൽ ചേരാൻ ഏഴാംക്ളാസ് മതിയായിരുന്നു. എട്ടാം ക്ളാസിൽ വച്ചാണ് മർച്ചന്റ് നേവിയിൽ ചേരാൻ പോയത്. കിട്ടാതെ വന്നപ്പോൾ വലിയ സങ്കടമായിരുന്നു.

ഇതേപ്പറ്റി വരിതെറ്റി വഴിതെറ്റി' എന്ന തലക്കെട്ടിൽ ഞാൻ ലേഖനം എഴുതിയിട്ടുണ്ട്. വിരലിന്റെ വരി തെറ്റിയതാണ് എന്റെ വഴിതെറ്റിച്ചത്.

ബേബി : നിരസിക്കപ്പെട്ട ആദ്യ ഇന്റർവ്യൂ ആകും.

അടൂർ : ശരിയാണ്. അതിനുശേഷം ഗ്വാളിയർ കാർഷിക കോളേജിലെ

ഇന്റർവ്യൂവിനും പുറത്തായി. അതു കഴിഞ്ഞ് നാഷണൽ സാമ്പിൾ സർവ്വേയിൽ ജോലികിട്ടി.

ബേബി : ഗാന്ധിഗ്രാമിലെ ഓർമ്മകൾ എന്താണ്?

അടൂർ : ഗാന്ധിഗ്രാമിൽ ഞാൻ വിദ്യാർത്ഥിയായും ശങ്കരപ്പിള്ളസാർ അദ്ധ്യാപകനായും ചേരുന്നത് ഒരേ സമയത്താണ്. ലൈബ്രറിയുടെ ചുമതല കൂടി സാറിനുണ്ടായിരുന്നു. അതുകൊണ്ട് ലൈബ്രറിയിൽനിന്ന് ധാരാളം നല്ല പുസ്തകങ്ങൾ സാർ തന്നു. ഇതു വായിക്കാനായി അടൂരിൽ നിന്ന് ഞാനൊരു ചാരുകസേര ഹോസ്റ്റലിലേക്ക് കൊണ്ടുപോയി. ഞാൻ അറിയപ്പെടുന്നതുതന്നെ ചാരുകസേരയിൽ എപ്പോഴുമിരുന്നു വായിക്കുന്ന പാർട്ടി എന്ന രീതിയിലായിരുന്നു.

ബർണാഡ് ഷായുടെ 51 നാടകങ്ങൾ ഒറ്റയിരിപ്പിന് ഞാൻ വായിച്ചു. വായിക്കാൻ ഡിക്ഷ്ണറി അത്യാവശ്യമായതിനാൽ ഇടതുവശത്ത് ഡിക്ഷ്ണറി കൂടി കരുതി. വലതുവശത്ത് ഒരു നോട്ടുബുക്കും പേനയും!

ബേബി : അപ്പോൾ അയ്യപ്പപ്പണിക്കർ സാറിന്റെ സിദ്ധാന്തം സാർ സ്വീകരിച്ചില്ല. അദ്ദേഹം പറയുന്നത് ഷേക്സ്പിയറെ വായിക്കുമ്പോൾ നിഘണ്ടു നോക്കിക്കൂടാ എന്നാണ്. വേർഡ്സ് ആന്റ് മീനിംഗ്സ് കം ഇൻ സേർച്ച് ഒഫ് യു എന്നാണ് അയ്യപ്പപ്പണിക്കർ ന്യായം പറയുന്നത്.

അടൂർ : ബർണാഡ് ഷായുടെ നാടകത്തെക്കാൾ വലുതാണ് ആമുഖം. പക്ഷേ, അതു വായിച്ചാൽ എൻലൈറ്റൻഡ് ആകും. പിന്നീട് ഗാന്ധിഗ്രാമിലെ മാഗസിനുവേണ്ടി ഇൻ ദ സ്റ്റഡി ഒഫ് ബർണാഡ് ഷാ എന്ന

തീവണ്ടിയെ ഓവർടേക്ക് ചെയ്ത ബസ്സ്

അടൂർഗോപാലകൃഷ്ണന്റെയും ബേബിയുടെയും ജീവിതത്തിൽ പുനലൂർ യാത്രകളുടെ പൊടിപടലം ഇപ്പോഴുമുണ്ട്. പുനലൂരിൽ നിന്നുള്ള കരിവണ്ടിയിലാണ് മധുര ഗാന്ധിഗ്രാമിലേക്ക് വിദ്യാർത്ഥിയായ അടൂർ പോയിരുന്നത്. അന്ന് തിരുവനന്തപുരം വഴി മധുരയ്ക്ക് തീവണ്ടിയില്ല. അക്കാലത്ത് തിരുവനന്തപുരം മെഡിക്കൽ കോളേജിൽ ചികിത്സയിൽ കഴിഞ്ഞിരുന്ന അമ്മയെ കാണാൻ മധുര-കൊല്ലം തീവണ്ടിയിലാണ് വന്നിരുന്നത്.

ബേബിയുടെ ഓർമ്മയിൽ പുനലൂർ നരസിംഹവിലാസം സ്കൂളും ഹെഡ്മാസ്റ്ററായിരുന്ന അപ്പച്ചനുമാണ് കടന്നുവരുന്നത്. പിതാവിനെപ്പറ്റി ബി.വെല്ലിംഗ്ടണും ബേബിജോണും ബേബിയോട് പറഞ്ഞതിങ്ങനെ: മരിയൻ അലക്സാണ്ടർ സാർ പഠിപ്പിച്ച ഇംഗ്ലീഷേ ഞങ്ങൾക്കുള്ളു.

അഭിമാനത്തോടെ ബേബി അത് പറയുമ്പോൾ കൂട്ടിച്ചേർത്തു: അപ്പച്ചൻ എന്നെ ഇംഗ്ലീഷ് പഠിപ്പിച്ചിട്ടില്ല.

പേരിൽ ഞാൻ ആസ്വാദനവും എഴുതിയിരുന്നു. അക്കാലത്തെ നാടകങ്ങളുടെ പ്രൊഡക്ഷനെക്കുറിച്ചുള്ള പുസ്തകങ്ങളും വായിച്ചിരുന്നു. ബ്രഹ്തിന്റെ നാടകങ്ങളൊക്കെ അന്നേ വായിച്ചിരുന്നു. കിഴക്കൻ ബർലിനിൽ വച്ച് ഒരിക്കൽ ബ്രഹ്തിന്റെ 'മദർ കറേജ് ആൻഡ് ഹെർ ചിൽഡ്രൻ' അവതരിപ്പിച്ചു കണ്ടു.

നമ്മുടെ തൊഴിൽകൊണ്ടുണ്ടായ ഒരു ഭാഗ്യം അതാണ്. ലോകം കാണാൻ പറ്റി.

ബേബി : വായനയിലൂടെ നമുക്കൊരു വിശ്വപൗരനാകാൻ കഴിയും. പക്ഷേ, യാത്ര ചെയ്ത് ലോകപരിചയത്തിലൂടെ കിട്ടുന്ന നേരിട്ടുള്ള പൗരത്വം വേറൊന്നാണ്.

അടൂർ : വിദേശ ഫെസ്റ്റിവലിൽ സിനിമ കാണിക്കാനാണല്ലോ മിക്കപ്പോഴും പോകുന്നത്. പടം കഴിഞ്ഞാൽ ചോദ്യോത്തരമുണ്ടാകും. പ്രേക്ഷകരുടെ ചോദ്യങ്ങൾ വളരെ രസകരമാണ്. ഇത്രയും കാലത്തിനിടയിൽ നമ്മളെ ഒന്നിരുത്തിക്കളയാം എന്ന മട്ടിൽ ആരും എന്നോട് ചോദ്യം ചോദിച്ചിട്ടില്ല. നമ്മുടെ നാട്ടിലെ ആദ്യ ചോദ്യം അതിനുവേണ്ടിയായിരിക്കും. സിനിമ കണ്ടും അല്ലാതെയുമുള്ള സംസ്കാരത്തിൽ നിന്നാണ് വിദേശികളുടെ ചോദ്യങ്ങൾ. നമ്മുടെ സിനിമ അവർക്ക് പൂർണ്ണമായി മനസ്സിലായിട്ടുണ്ടാവണം എന്നുമില്ല. എങ്കിൽപ്പോലും വേണ്ടാത്തതൊന്നും പറയില്ല.

വാഹനം അടൂരിലെ പറക്കോട്ട് എത്തിയിരുന്നു.

അപ്പച്ചൻ പ്രത്യേക സ്വഭാവക്കാരനായിരുന്നു. ഒരു സ്കൂളിലും സ്ഥിരമായി പഠിപ്പിക്കില്ല. എന്തെങ്കിലും കാര്യത്തിന് തർക്കിച്ച് അവിടെ നിന്നും ഇറങ്ങിപ്പോരും. അവസാനം പഠിപ്പിച്ച നരസിംഹവിലാസത്തിലും അത് തന്നെ സംഭവിച്ചു. പിന്നീട് വീട്ടിലിരുന്നതല്ലാതെ ഒരു സ്കൂളിലും പോയില്ല.

അപ്പച്ചനെ കാണാൻ പുനലൂരിൽ വരുന്ന കാലത്ത് ബേബി സ്കൂളിൽപോയി തുടങ്ങിയിട്ടില്ല. ചില വാരാന്ത്യങ്ങളിൽ പുനലൂരിൽ നിന്നും തീവണ്ടിയിൽ അപ്പച്ചന്റെ മടിയിലിരുന്ന് മടങ്ങുന്ന ബേബി കാണുന്നൊരു കാഴ്ചയുണ്ട്. തീവണ്ടിക്ക് സമാന്തരമായി ഒരു ബസ് വരുന്നു. കുറച്ച് കഴിയുമ്പോൾ ബസ് കാണാനില്ല. അങ്ങനെ കാത്തിരിക്കുമ്പോൾ അതാ വീണ്ടും ബസ്. ഒരു വളവിൽ അത് മറഞ്ഞു. വീണ്ടും കാത്തിരുപ്പ്. ദാ പാഞ്ഞ് വരുന്നു ബസ്. അത് തീവണ്ടിയെ ഓവർടേക്ക് ചെയ്തു. കുഞ്ഞുബേബി കൈയടിച്ചു. അത് അപ്രത്യക്ഷമായി. ഇനിയും ബസ് വരുമോ? ഓവർടേക്ക് ചെയ്യുമോ അങ്ങനെ ആലോചിച്ച് അപ്പച്ചന്റെ മടിയിലിരുന്ന് ബേബി ഉറങ്ങിപ്പോയി.

അമ്മാവന്റെ വകയായിരുന്ന എസ്.ആർ.കെ. തിയേറ്റർ വർഷങ്ങളായി അടഞ്ഞുകിടക്കുകയാണ്. ചുറ്റും കാടുമൂടിയിരിക്കുന്നു.

"ദാ അതാണ് പ്രൊജക്ടർ ഇരുന്ന സ്ഥലം." അടൂർ കൈ ചൂണ്ടി. കുറെനേരം അവിടെനിന്ന് അടൂർ പഴയ കഥകൾ പങ്കുവച്ചു. അമ്മാവന്റെ മറ്റു തിയേറ്ററുകളെക്കാൾ കളക്ഷൻ ഇവിടെയുണ്ടായിരുന്നു. പിന്നെ എന്തുകൊണ്ടോ നിറുത്തി.

തിരികെ വണ്ടിയിൽ കയറിയപ്പോൾ അടൂർ ഒരു അമേരിക്കൻ സിനിമാക്കഥ പറഞ്ഞു: ഒരാൾ കഷ്ടപ്പെട്ട് സിനിമ എടുക്കുന്നു. കുറെപ്പേരെ വിളിച്ച് സിനിമ കാണിക്കുന്നു. ഷോ കഴിഞ്ഞ് ഇറങ്ങിപ്പോകുമ്പോൾ സംവിധായകനും നടനും നടിക്കും പിന്നാലെ രണ്ട്മൂന്ന് പ്രേക്ഷകരുമുണ്ട്. പിൻതുടരുന്നവരെ കണ്ട് സംവിധായകൻ സ്വയം പരിചയപ്പെടുത്തി: "ഞാനാണ് സംവിധായകൻ."

അതുകേട്ട് പ്രേക്ഷകരിൽ ഒരാൾ പറഞ്ഞു: "ഓ, അയാൾ സിനിമ സംവിധാനം ചെയ്തെന്നേയുള്ളൂ."

ഇതാണ് നമ്മുടെയും അവസ്ഥ. അഭിനയിച്ചവരാണ് സിനിമ ജയിപ്പിച്ചത് എന്നാണ് ജനം വിശ്വസിക്കുന്നത്. സംവിധായകന് എന്തു കഥ?

അത് കേട്ടിരിക്കുമ്പോൾ അടൂർ തുടർന്നു; അടൂരിലെ തിയേറ്ററിലിരുന്നാണ് ആദ്യമായി ശാന്താറാമിന്റെ സിനിമ കാണുന്നത്. 'ജനക് ജനക് പായൽ ബാജേ' അന്ന് ആ പടം കാണാത്ത ആരുമില്ല. ഹിന്ദി മനസ്സിലായതുകൊണ്ടല്ല മ്യൂസിക്കും ഡാൻസും അത്രയ്ക്ക് ആകർഷിച്ചിരുന്നു. അതുപോലെ 'ബാലൻ' കണ്ടതും അടൂരിലെ തിയേറ്ററിലാണ്.

എസ്.ആർ.കെ. തിയേറ്ററിൽ വച്ചാണ് 'ആയിരം തലൈവാങ്കി അപൂർവ്വ ചിന്താമണി', 'പാതാളഭൈരവി' തുടങ്ങിയവ കണ്ടത്. പുണ്യപുരാണ ചിത്രം എന്നൊക്കെയാണ് വിശേഷണം. അതായത് ഈ സിനിമ കണ്ടാൽ പുണ്യം കിട്ടുമെന്ന്.

ഭക്തകുചേല വന്നപ്പോൾ ജനങ്ങൾക്ക് വലിയ ആരാധനയായിരുന്നു.

ബേബി : മഹാഭാരതം, രാമായണം സീരിയലൊക്കെ വന്നപ്പോൾ അതിനോടുള്ള ജനതയുടെ ആദരവ് നമ്മൾ കണ്ടതാണ്. സീരിയലിലെ രാമൻ പിന്നീട് പാർലമെന്റിൽ എന്റെ സഹപ്രവർത്തകനായി. കൃഷ്ണനായ താരവും ഹനുമാനായ ധാരാസിംഗും പിന്നീട് പാർലമെന്റംഗങ്ങളായി.

സിനിമാക്കഥ പറഞ്ഞ ബേബി ഇടയ്ക്കു ചോദിച്ചു, പൂന ഫിലിം ഇൻസ്റ്റിറ്റ്യൂട്ടിൽ കെ.എ. അബ്ബാസ് ഇന്റർവ്യൂ ബോർഡ് ചെയർമാനായിരുന്നു അല്ലേ?

അടൂർ : അതെ. ഏക് മൈലീസി ചാതർ എടുത്ത ബേഡിയും മുൻ പ്രിൻസിപ്പൽ ഗജാനൻ ജാഗ്രതാറും ഇന്റർവ്യൂവിനുണ്ടായിരുന്നു. പ്രസിദ്ധ നടനും സംവിധായകനുമാണ് ഗജാനൻ ജാഗ്രതാർ. കോഴ്സിന്റെ ഫൈനൽ സ്ക്രിപ്റ്റ് പരിശോധിച്ചത് കെ.എ. അബ്ബാസ് ആയിരുന്നു. ഞങ്ങളുടെ പ്രൊഫസർ ആർ. എസ്. പ്രൂഥി നല്ല മനുഷ്യനായിരുന്നു. അദ്ദേഹം എന്നെ 'യൂണിത്താൻ' എന്നാണ് വിളിക്കുന്നത്. ഗോപാലകൃഷ്ണൻ എഴുതിയപോലെ സ്ക്രിപ്റ്റ് എഴുതാൻ കഴിയുന്ന വിദ്യാർത്ഥികളെ സൃഷ്ടിക്കാനായാൽ നിങ്ങൾ നടത്തുന്ന കോഴ്സ് സഫലമായി എന്ന് കെ.എ. അബ്ബാസ് പറഞ്ഞതായി പ്രൂഥി എന്നെ അറിയിച്ചു.

സ്ക്രിപ്റ്റ് റൈറ്റിംഗിൽ എനിക്ക് ഉയർന്ന മാർക്കു കിട്ടി.

ഇത്രയും പറഞ്ഞുതീരുമ്പോഴേക്കും വണ്ടി പറക്കോട് ചന്തയിൽ എത്തി.

സഖാവേ എന്നു പറഞ്ഞ് മാർക്കറ്റിലെ കച്ചവടക്കാർ ബേബിയെ പൊതിഞ്ഞപ്പോൾ അടൂർ ചിരിച്ചു: ബേബിക്ക് ഇവിടെ ഒത്തിരി സ്വന്തക്കാരുണ്ടല്ലോ. മീൻവില്പനക്കാരനോട് വില ചോദിച്ചു ബേബി. വീട്ടിലേക്കായിരുന്നെങ്കിൽ വാങ്ങിക്കൊണ്ടുപോകുമായിരുന്നു.

അടൂർ പറഞ്ഞു, തിരുവിതാംകൂറിലെ പ്രധാന വിപണിയായിരുന്നു പറക്കോട് ചന്ത. ചങ്ങനാശ്ശേരി ചന്തയും പ്രസിദ്ധമാണ്.

സ്കൂൾ കുട്ടിയായിരുന്നപ്പോൾ ഞാൻ മലക്കറിക്കൃഷി ചെയ്യുമായിരുന്നു. സ്വന്തമായി എല്ലാം ചെയ്യാനുള്ള പ്രേരണയാണ് എന്നെ മധുര ഗാന്ധിഗ്രാമിൽ എത്തിച്ചത്. ഞാൻ സ്വയം നൂൽനൂറ്റ് അതു വിറ്റ് ഖദർ വസ്ത്രം വാങ്ങിയിട്ടുണ്ട്. ദേശീയതാബോധത്തിന്റെ ഭാഗമായിത്തന്നെ ഹിന്ദി പഠിക്കുകയും ചെയ്തു. 'മധ്യമം' വരെ പാസ്സായി. വിശ്വനാഥനൊപ്പം ഭാരതപര്യടനത്തിനു പോയപ്പോൾ ഗുണം ചെയ്തു.

പ്ലാസ്റ്റിക്ക് ഷീറ്റിട്ട കടകൾക്കിടയിലൂടെ നടക്കുമ്പോൾ അടൂർ പറഞ്ഞു, ബോംബെയിലെ ധാരാവി ചേരി ഓർമ്മവരുന്നു. കടയിലെ പച്ച ക്കറിയിലേക്ക് നോക്കിനിന്ന അടൂർ പറഞ്ഞു: കണിവെള്ളരി എന്തു ഭംഗി യാണ്? എന്തൊരു ഡിസൈൻ.

ബേബി : ചിത്രകാരന്റെ ബ്രഷ് സഞ്ചരിച്ചപോലെ. നല്ല പ്രകൃതിചിത്രം എടുത്തു നിവർത്തിയതുപോലെ ആകാശം പ്രത്യക്ഷപ്പെട്ടു എന്ന് വി.കെ.എൻ. എഴുതിയിട്ടുണ്ട്. എനിക്ക് ഫ്ളാറ്റിൽ കൃഷിയുണ്ട്. ഇന്നു രാവിലെ വെള്ളരി പറിച്ചിരുന്നു.

നേരം ഒന്നരയോടടുത്തു. ഊണുകഴിക്കുന്ന സമയമായോ എന്നന്വേ ഷിച്ചപ്പോൾ അങ്ങനെ ഇല്ല എന്നായി അടൂർ. ഷൂട്ടിംഗ് തീരുന്ന സമയ മാണ് ലഞ്ച് ബ്രേക്ക് എന്ന് ബേബി തിരുത്തി.

ഒന്നുരണ്ടു ഹോട്ടലുകൾ കടന്നുപോയപ്പോൾ ഊണ് വീണ്ടും വിഷയമായി. തൊട്ടപ്പുറത്ത് രണ്ടു നല്ല ഹോട്ടലുണ്ട്. ഒന്നു ബാറാണ്.

'ബാർ ഈസ് നോ ബാർ ഫോർ അസ്'- അടൂർ പൊട്ടിച്ച തമാശയിൽ എല്ലാവരും ചേർന്നു.

കരിമ്പിൻകാല കള്ളുഷാപ്പ് രുചിയുള്ള സ്ഥലമായിരുന്നു. ഇന്ന് കള്ളി ല്ലാത്ത റസ്റ്ററാന്റായി. ബേബി രുചിയുടെ ലോകത്തേക്കു പോയി.

നീരാവിലെ അതിഥി

ജന്മനാട്ടിലെ സഞ്ചാരത്തിനിടയിൽ ബേബി അടൂരിനോട് അഭ്യർത്ഥിച്ചു: സാറിനെ കാത്തിരിക്കുന്ന ചില വീടുകളും സ്ഥലങ്ങളുമുണ്ട്. പാരീസ് വിശ്വനാഥന്റെയും ജയപാലപണിക്കരുടെയും തിരുനെല്ലൂർ കരുണാകരൻ സാറിന്റെയും വീട്ടുകാർ. നീരാവിൽ പബ്ളിക്ക് ലൈബ്രറിയിൽ നാസറും കൂട്ടരും സാറിനെ സ്വീകരിക്കാൻ ഒരുങ്ങിയിരിക്കയാണ്.

നേരം മൂന്നര കഴിഞ്ഞിരുന്നു. ഊണ് കഴിച്ചിട്ടില്ല. ഊണിനെക്കാൾ പ്രധാനം വാക്കാണെന്ന് പറഞ്ഞ് ഇരുവരും തിരുനെല്ലൂരിന്റെ വീട്ടിലേയ്ക്കാണ് ആദ്യം കയറിയത്.തിരുനെല്ലൂരിന്റെ പത്നിയോടും മകനോടും അല്പനേരം സംസാരിച്ചിരുന്നു.

മടങ്ങുമ്പോൾ വാഹനത്തിലിരുന്ന് അടൂർ ചൊല്ലിയത് തിരുനെല്ലൂരിന്റെ വരികളായിരുന്നു:

"കാറ്റേ നീ വീശരുതിപ്പോൾ
കാറേ നീ പെയ്യരുതിപ്പോൾ
ആരോമൽ തോണിയിലെന്റെ
ജീവന്റെ ജീവനിരിപ്പൂ"

ആലപ്പുഴ പത്തുമുറി ഹോട്ടൽ വയലാറിനു പ്രിയപ്പെട്ട ഭക്ഷണകേന്ദ്ര മായിരുന്നു. ചേർത്തല കെ.വി.എം. ആശുപത്രിക്കെതിർവശത്ത് ഒരു ചെറിയ ഹോട്ടലുണ്ട്. മീൻമുട്ട തോരനും കണവത്തോരനുമൊക്കെ കിട്ടും.

വാഹനം ഒരു ഹോട്ടലിനു മുന്നിൽ നിന്നു. ഊണുമേശയ്ക്കരികിലി രിക്കുമ്പോൾ അടൂർ പറഞ്ഞു. ഒരു കള്ളുഷാപ്പിൽ കയറിയപ്പോൾ ജോൺ എബ്രഹാം കേട്ട കഥയാണ്. ജോൺ ഇരുന്നതിനു തൊട്ടടുത്ത ക്യുബി ക്കിളിൽ നിന്നും മദ്യപന്മാർ സിനിമാക്കഥ പറയുകയാണ്. രസകരമായി മുന്നേറിയ കഥപറച്ചിൽ പെട്ടെന്ന് നിന്നത് ഇങ്ങനെ: “ഇനിയങ്ങോട്ട് കൊണ്ടുപോകുന്നത് അടൂർ ഭാസിയാണ്.”

പ്രേക്ഷകന് സിനിമയുടെ രുചി എന്നു പറയുന്നത് കഥ കൊണ്ടുപോ കുന്ന ആളെ കേന്ദ്രീകരിച്ചാണ്!

പണ്ടൊക്കെ ആളുകൾ ചോദിക്കുമായിരുന്നു ഊണിന് ഗാരന്റി ഉണ്ടോ സ്റ്റാൻഡേർഡ് ആണോ എന്നൊക്കെ.

അപ്പോഴേക്കും ഊണുവിഭവങ്ങൾ എത്തി. എല്ലാവരും രുചിയില ലിഞ്ഞു.

കായൽ ജീവിതാനുഭവമില്ലാത്ത ഒരാളിനും ഈ വരികൾ എഴുതാനാവില്ലെന്ന് അടൂർ പറഞ്ഞു.

നീരാവിൽ പബ്ളിക്ക് ലൈബ്രറിയുടെ മുറ്റം നിറയെ ആളുണ്ടാ യിരുന്നു. അടൂരിനെയും ബേബിയെയും ആളുകൾ സ്വീകരിച്ചു. തുടർന്ന് ലൈബ്രറിയുടെ മുറ്റത്തെ വിളക്ക്കല്ലിൽ അടൂർ തിരി തെളിച്ചു.

കേരളത്തിലെ ഏറ്റവും മികച്ച ഗ്രന്ഥശാലയ്ക്കുള്ള അവാർഡ് ലഭിച്ച നീരാവിൽ അടുക്കും ചിട്ടയും വെടിപ്പുംകൊണ്ട് ആരേയും ആകർഷിക്കും. അലിഅക്ബർഖാൻ, ഉമയാൾപുരം ശിവരാമൻ, അഴീക്കോട്, ഒ.എൻ.വി, യേശുദാസ്, ടി.പദ്മനാഭൻ തുടങ്ങിയ പ്രമുഖർ സന്ദർശിച്ചിട്ടുള്ള വായനശാലയാണ്. പൊതുചടങ്ങിൽ പങ്കെടുക്കാത്ത കെ.പി.അപ്പൻ എല്ലാ വിദ്യാരംഭത്തിലും കുട്ടികളെ എഴുത്തിനിരുത്തിയതും ഈ ഗ്രന്ഥശാലയിലാണ്. സന്ദർശകഡയറി നീട്ടിക്കൊണ്ട് ബേബി പറഞ്ഞു: മൃണാൾസെൻ ഇവിടെ വന്നപ്പോൾ എഴുതിയതാണ്.

ആ വരികൾ വായിച്ചശേഷം അടൂരും എഴുതി. അപ്പോഴേക്കും ഇളനീരും ലഘുഭക്ഷണവുമെത്തി. വായനശാലയുടെ മുകളിലത്തെ നില പെയിന്റിംഗ് ഗ്യാലറിയാണ്. എം.എഫ്.ഹുസൈൻ, എ.രാമചന്ദ്രൻ, പാരീസ് വിശ്വനാഥൻ തുടങ്ങി അനവധി ചിത്രകാരൻമാരുടെ പെയിന്റിംഗുകൾ ഇരുവരും ചുറ്റിനടന്ന് കണ്ടതിന്റെ തൃപ്തിയിലാണ് മടങ്ങിയത്.

നീരാവിൽ ലൈബ്രറിയിൽ അടൂർ ദീപം തെളിയിച്ചപ്പോൾ

എം.എ. ബേബിയുടെ ജന്മനാടായ കൊല്ലം ജില്ലയിലെ പ്രാക്കുളത്തേയ്ക്കുള്ള യാത്രയിൽ ആദ്യമെത്തിയത് വേലുത്തമ്പി സ്മാരകത്തിൽ.

ഇളമ്പള്ളൂരുള്ള വേലുത്തമ്പിസ്മാരകത്തിനു മുന്നിൽ നിൽക്കുകയാണ് അടൂരും ബേബിയും. അപ്പോൾ അടൂർ ഒരു കഥ പറഞ്ഞു:

മണ്ണടിയിൽ കാമ്പിത്താൻ എന്നൊരു മാന്ത്രികനുണ്ടായിരുന്നു. അദ്ദേഹത്തെ കാണാനാണ് അവസാനമായി വേലുത്തമ്പി അനുജനോടൊപ്പം മണ്ണടിയിലേക്ക് വന്നത്. കാമ്പിത്താന്റെ മാന്ത്രികവിദ്യയിലൂടെ ബ്രിട്ടീഷ് പടയാളികളിൽ നിന്ന് തനിക്കു രക്ഷപ്പെടാനാകുമെന്ന് വേലുത്തമ്പി കരുതി. കാരണം ബ്രിട്ടീഷ്പട തന്നെ വധിക്കാൻ പിന്നാലെയുണ്ട്. രക്ഷിക്കാൻ കാമ്പിത്താനേ കഴിയൂ. അങ്ങനെ വിശ്വസിച്ച് വേലുത്തമ്പിയും അനുജനും കാമ്പിത്താന്റെ വീട്ടിലേക്ക് ഓടുകയായിരുന്നു. എന്നാൽ മാന്ത്രികവിദ്യകൊണ്ട് വേലുത്തമ്പിയെ രക്ഷിക്കാനാകില്ലെന്ന് കാമ്പിത്താന് അറിയാമായിരുന്നു.

കാമ്പിത്താൻ എന്നത് തിരുവിതാംകൂറിലെ സ്ഥാനപ്പേരാണ്. വല്യത്താൻ, ഉണ്ണിത്താൻ എന്നപോലെ.

കാമ്പിത്താൻ കല്ലടയാറ്റിൽ മുങ്ങിയാൽ തമിഴ്നാട്ടിലാണ് പൊങ്ങുന്നതെന്നും തിരിച്ചുവരുമ്പോൾ അദ്ദേഹത്തിന്റെ കാലിൽ തമിഴ്നാട്ടിലെ ചുവന്ന മണ്ണ് ഉണ്ടാകുമെന്നും കഥകൾ പ്രചരിച്ചിരുന്നു.

അന്ന് മാന്ത്രികവിദ്യ പഠിക്കുകയും അവതരിപ്പിക്കുകയും ചെയ്യുന്നത് വലിയ ഹരമായി സമൂഹം കരുതിയിരുന്നു. ഓരോ കാലത്തിനും അതിന്റേതായ ഹരമുണ്ടാകും. മാന്ത്രികവിദ്യ കഴിഞ്ഞപ്പോൾ ഗുസ്തിയുടെ കാലമായി. സൗകര്യങ്ങളുമുള്ള വീട്ടുകാരൊക്കെ ഗുസ്തിയും അടിതടയുമൊക്കെ പഠിച്ചു. കുമ്പളത്തു ശങ്കുപ്പിള്ള ഗുസ്തി പഠിച്ചിരുന്നു. അത് ഫയൽവാന്മാരുടെ കാലമായിരുന്നു. മാന്ത്രികന്റെയും ഫയൽവാന്റെയും കാലം കഴിഞ്ഞപ്പോൾ റൗഡികളുടെ കാലമായി. കൊള്ളാവുന്ന റൗഡികളും വഷളന്മാരായ റൗഡികളും ഉണ്ടായിരുന്നു. വഷളന്മാരായ റൗഡികളെ നിവൃത്തിയില്ലാതെ നാട്ടുകാർ കുത്തിക്കൊന്നു. ഞാൻ ഹൈസ്കൂളിൽ പഠിക്കുന്ന കാലത്ത് അടൂരിൽ ഒരു റൗഡിയെ കുത്തിക്കൊന്ന കഥ കേട്ടിട്ടുണ്ട്. അയാൾ അങ്ങനെ ചാകില്ലെന്നും ഇരട്ടച്ചങ്കാണെന്നുമായിരുന്നു ആ വാർത്തയോടൊപ്പം പ്രചരിച്ച മറ്റൊരു കഥ.

അടൂരിനെയും ബേബിയെയും കണ്ട് നാട്ടുകാർ ചുറ്റും കൂടി. ഈ സമയം ഡി.വൈ.എഫ്.ഐയുടെ ഫ്രീഡം റാലിയുടെ പ്രചരണജാഥ അവിടെ നിന്നു തുടങ്ങാനുള്ള ഒരുക്കത്തിലായിരുന്നു. രക്തനക്ഷത്ര പതാക പിടിച്ചെത്തിയ ചെറുപ്പക്കാർക്ക് ബേബി അഭിവാദ്യം അർപ്പിച്ചു. ഈ സമയം ഒരു നിമിത്തമെന്നോണം എതിർവശത്തെ ക്ഷേത്രത്തിൽ നിന്ന് കതിന മുഴങ്ങി.

സ്മാരകശില്പത്തിലേക്ക് കണ്ണോടിച്ച അടൂരിനോട് ബേബി പറഞ്ഞു: കുണ്ടറ വിളംബരത്തിന്റെ 200-ാം വാർഷികത്തിന്റെ ഭാഗമായി 2009ൽ സ്ഥാപിച്ചതാണ്. വളരെ ഭംഗിയായി പരിപാലിച്ചുപോരുന്നു.

ഡൽഹി മ്യൂസിയത്തിൽ സൂക്ഷിച്ചിരുന്ന വേലുത്തമ്പിയുടെ വാൾ തിരികെ കേരളത്തിലേക്ക് കൊണ്ടുവരാനും കഴിഞ്ഞ എൽ.ഡി. എഫ് സർക്കാരിനു കഴിഞ്ഞു. ഇപ്പോൾ തിരുവനന്തപുരം മ്യൂസിയത്തിലുണ്ട് വാൾ. കുണ്ടറയിലേക്കു വരുന്ന വഴി വേലുത്തമ്പി കിളിമാനൂർ കൊട്ടാരത്തിൽ വാൾ ഏല്പിച്ചിരുന്നു എന്നാണ് ചരിത്രം. അത് രഹസ്യമായി നൂറ്റാണ്ടിലേറെക്കാലം അവിടെ ഇരുന്നു. പിന്നീട് ഇന്ത്യയ്ക്ക് സ്വാതന്ത്ര്യം കിട്ടി ആദ്യ രാഷ്ട്രപതി തിരുവനന്തപുരം സന്ദർശിച്ച വേളത്തിൽ ആ വാൾ കൊട്ടാരം അധികൃതർ തന്നെ രാഷ്ട്രപതിയെ ഏല്പിക്കുകയായിരുന്നു. അങ്ങനെയാണ് വാൾ ഡൽഹിയിലെത്തിയത്.

തിരികെ കൊണ്ടുവന്ന വാൾ മ്യൂസിയത്തിലേക്ക് ഏറ്റുവാങ്ങുന്ന ചടങ്ങിൽ താനും ഒ.എൻ.വിയും സുഗതകുമാരിയും യേശുദാസും ഉണ്ടായിരുന്നുവെന്ന് അടൂർ ഓർമ്മിച്ചു.

സ്മാരകത്തിൽ നിന്നും നേരെ പോയത് കുണ്ടറയിലെ ഹരിതയിലേക്കായിരുന്നു. കമുകിൻപാളകൊണ്ടുള്ള വിവിധതരം പാത്രങ്ങൾ, ചകിരിയും തുണിയുംകൊണ്ടു നിർമ്മിച്ച വൈവിദ്ധ്യമുള്ള ഉല്പന്നങ്ങൾ, മാലിന്യ സംസ്കരണ സംവിധാനങ്ങൾ, മിനി ബയോഗ്യാസ് പ്ലാന്റ്

തുടങ്ങിയവ ഹരിതയിലുണ്ട്. ഏഴു പഞ്ചായത്തുകൾ ചേർന്നുള്ള പദ്ധതിയാണിത്. എം.എൽ.എ. ഫണ്ട് ഉപയോഗിക്കുന്നുണ്ട്. സാമാജികൻ എന്ന നിലയിൽ ബേബിയുടെ അഭിമാനപദ്ധതികളിലൊന്നാണ് 'ഹരിത.' ഷോറൂമിലെ ഉല്പന്നങ്ങൾ താത്പര്യത്തോടെ കണ്ട അടൂരിന് ബേബി ഒരു തുണിബാഗ് വിലകൊടുത്തു വാങ്ങി സമ്മാനമായി നൽകി.

കുണ്ടറ മണ്ഡലത്തിൽ ഹരിത ഉല്പന്ന നിർമ്മാണ വിതരണകേന്ദ്രത്തിനു പുറമേ, ഹരിതസേനയും ഉണ്ടെന്ന് ബേബി അറിയിച്ചു. പഴയ സാധനങ്ങൾ പെറുക്കിനടക്കുന്നവരെ സംഘടിപ്പിച്ച് ഹരിതസേന രൂപീകരിച്ച് അവർക്ക് ഇൻഷ്വറൻസ് ഏർപ്പെടുത്തി. അവർ ഉപജീവനത്തിനു വേണ്ടിയാണ് ഇതു ചെയ്യുന്നതെങ്കിലും അത് പരിസ്ഥിതി സംരക്ഷണ പ്രവർത്തനം കൂടിയാണല്ലോ. ബേബി ചെയ്തത് മാതൃകാപരമായ വലിയ കാര്യമാണെന്ന് അടൂർ പറഞ്ഞു. ലാറിബേക്കർ പണ്ട് കലാകൗമുദിയിൽ ഒരു ലേഖനം എഴുതി. വീട്ടിൽ നിന്നും പുറത്തിറങ്ങുമ്പോൾ കൈയിൽ ഒരു തുണിസഞ്ചി കരുതണമെന്ന്. പ്ളാസ്റ്റിക്ക് കവറുകളുടെ ഭീഷണി വരുന്നതിന് വളരെ മുമ്പായിരുന്നു അത്.

ആലപ്പുഴയുടെ വികസനത്തെപ്പറ്റി ലാറിബേക്കർ ഒരു ബ്ളൂ പ്രിന്റ് തയ്യാറാക്കിയിരുന്നതായും അതു താൻ പൊടിതട്ടിയെടുത്ത് എം.എസ്. സ്വാമിനാഥനെ ഏല്പിച്ചതായും ബേബി പറഞ്ഞു.

ഹരിതയിൽ നിന്ന് കുണ്ടറയിലെ കൊല്ലം ടെക്നോപാർക്കിലേക്കുള്ള യാത്രയിൽ ഒരു റെയിൽവേ ഗേറ്റിൽ വണ്ടി നിന്നപ്പോൾ അടൂർ പറഞ്ഞു: കുണ്ടറ എന്നു കേൾക്കുമ്പോൾ രണ്ടുമൂന്നുപേര് ഓർമ്മവരുന്നു. കുണ്ടറ അണ്ടിയാപ്പീസ്. കുണ്ടറ അലിൻഡ്. കുണ്ടറ സിറാമിക്സ്...

ഏറ്റവും കൂടുതൽ കശുഅണ്ടി ഫാക്ടറിയുള്ള നിയമസഭാമണ്ഡലമാണ് കുണ്ടറയെന്നും 48 ഫാക്ടറികൾ ഉണ്ടെന്നും ബേബി അറിയിച്ചു.

ടെക്നോപാർക്കിന്റെ കവാടത്തിലെത്തിയപ്പോൾ വലിയ സംരംഭമാണല്ലോ എന്നു പറഞ്ഞാണ് അടൂർ പ്രവേശിച്ചത്

അതെ. ടെക്നോപാർക്കിന് കല്ലിട്ടതോടെ ഇവിടെ സ്ഥലത്തിന്റെ വില ആകാശംമുട്ടെയായിരിക്കുന്നുവെന്ന് ബേബി പറഞ്ഞു. പണി നടക്കുന്ന ബഹുനില കെട്ടിടം ചുറ്റിനടന്നു കണ്ടു അടൂർ. പണി തീരുമ്പോൾ 30,000 പേർക്ക് ഇവിടെ തൊഴിൽ കിട്ടും. ഗ്രേറ്റർ തിരുവനന്തപുരം എന്ന നിലയിലേക്ക് ഇവിടം വളരും. തിരുവനന്തപുരം ടെക്നോപാർക്കിന്റെ എക്സ്റ്റൻഷനായി കൊല്ലത്തും ചേർത്തലയിലും കൊരട്ടിയിലുമൊക്കെ പാർക്കുകൾ ഉയരുന്നുണ്ട്. ചുരുക്കത്തിൽ ടെക്നോപാർക്കുകളുടെ ഒരു ശൃംഖല. കഴിഞ്ഞ എൽ.ഡി.എഫ്. സർക്കാരിന്റെ ആഗ്രഹം അതായിരുന്നു.

ടെക്നോപാർക്കിനോട് ചേർന്നുള്ള കാഞ്ഞിരോടു കായൽ ഭാവിയിൽ ടൂറിസ്റ്റുകൾക്ക് ആകർഷണമാകും. കായൽപശ്ചാത്തലമായുള്ള ടെക്നോ

ബേബിയുടെ സഹോദരന്മാരായ ജോർജ്ജും ജോൺസണും

പാർക്ക് കൊല്ലത്തേതു മാത്രമാകും. കൊല്ലത്തുനിന്ന് ബോട്ടിൽ ഇവിടെയെത്താം ബേബിയുടെ ദീർഘവീക്ഷണം.

ടെക്നോപാർക്കിൽ നിന്നു മടങ്ങുമ്പോൾ വാഹനം വഴിതെറ്റി. അടൂർ പറഞ്ഞു: അപഥസഞ്ചാരം അല്ലേ? വഴിതെറ്റി എന്നേ അപഥസഞ്ചാരത്തിന് അർത്ഥമുള്ളൂ. പക്ഷേ, ഇപ്പോഴത് ചീത്തവാക്കായി.

ഇതുകേട്ട ബേബിയും ഉദാഹരണം നിരത്തി. ബന്ധപ്പെട്ടു എന്ന് കുറ്റപത്രത്തിൽ പറഞ്ഞാൽ എന്താണ് ഊഹിക്കുക? അതുപോലെയായി. പിടിച്ചു എന്നു പറഞ്ഞാൽ ഇഷ്ടപ്പെട്ടു എന്നും ട്രെയിൻ പിടിച്ചു എന്നു പറഞ്ഞാൽ നിറുത്തിയിട്ടു എന്നുമൊക്കെ അർത്ഥം. എലിവേറ്റർ എന്നാണോ ലിഫ്റ്റ് എന്നാണോ പ്രയോഗിക്കേണ്ടത് എന്നു തർക്കമായപ്പോൾ ഒരു കൂട്ടർ പറഞ്ഞു, എലിവേറ്റർ കണ്ടുപിടിച്ചത് ഞങ്ങളാണ്. എതിരാളിയും വിട്ടില്ല: ഭാഷ കണ്ടുപിടിച്ചത് ഞാനാണ്!

'പ്രമാദം' പ്രയോഗിച്ചു പ്രയോഗിച്ച് കോളിളക്കം സൃഷ്ടിച്ച എന്ന അർത്ഥത്തിലെത്തി. തെറ്റ് എന്ന അർത്ഥമുള്ള പ്രമാദത്തിന്റെ പോക്കിനെപ്പറ്റി ബേബി പറഞ്ഞപ്പോൾ അടൂർ ചൂണ്ടിക്കാട്ടി: 'അപ്രമാദിത്തം' അങ്ങനെ ഉണ്ടായതാണ്.

ടെക്നോപാർക്കിൽനിന്ന് ബേബിയുടെ ജന്മനാടായ പ്രാക്കുളത്തേക്കുള്ള യാത്രയ്ക്കിടെ ഒരിടത്ത് വാഹനം പാർക്ക് ചെയ്തപ്പോൾ

തൊട്ടടുത്ത കടയിൽനിന്ന് ഒരു കുട്ടി ബേബിയെ കൗതുകത്തോടെ നോക്കി. ചില്ലു താഴ്ത്തി കുട്ടിയെ അടുത്തുവിളിച്ച് കശലം പറഞ്ഞ ബേബിയോട് അടൂർ ചോദിച്ചു: ബേബിക്ക് കുട്ടികളായ ആരാധകർ ഏറെയുണ്ടല്ലോ.

'ഞാൻ മാർക്ക് ദാനം നടത്തി കുട്ടികളെ ജയിപ്പിക്കുന്നു എന്ന് ആക്ഷേപം ഉണ്ടായിരുന്നല്ലോ.'

'മാർക്ക് നൽകാത്ത മന്ത്രിയെ ആർക്കു വേണം?' അടൂരിന്റെ വർത്തമാനം ചിരിയിലലിഞ്ഞു.

വാഹനം അഞ്ചാലുംമൂട്ടിലെത്തിയപ്പോൾ ബേബി പറഞ്ഞു: ഞങ്ങൾ സിനിമ കാണാൻ വീട്ടിൽ നിന്നും നടന്നുവരുന്നത് ഇവിടെയായിരുന്നു. അഞ്ചാലുംമൂട് ചന്ദ്ര തിയേറ്ററിൽ. അത് പൂട്ടിപ്പോയി. വേറൊരു തിയേറ്ററും ഉണ്ടായിരുന്നു. അതെന്തായി എന്നറിയില്ല.

അഞ്ചാലുംമൂട്ടിൽ വന്നിട്ടല്ലേ വിശ്വനാഥന്റെ(പാരീസ്) വീട്ടിൽ പോകുന്നതെന്ന് അടൂർ സംശയം ചോദിച്ചപ്പോൾ അതെയെന്ന് ബേബി കൂട്ടിച്ചേർത്തു.

"പണ്ടു വന്നതാണ്. ഇവിടമാകെ മാറിയിരിക്കുന്നു."

"സംസ്കൃത പണ്ഡിതൻ എം.എച്ച് ശാസ്ത്രികൾ പഠിപ്പിച്ച കാവിള സ്കൂൾ ഇവിടെ അടുത്താണ്."

"ക്ലാപ്പനയിൽ എസ്.എൻ.ഡി.പി നടത്തുന്ന ഒരു സ്കൂളിന്റെ ചുമരു മുഴുവൻ ലോകപ്രശസ്തരുടെ ചിത്രമാണ്. സാഹിത്യം, ശാസ്ത്രം, സംഗീതം, ചിത്രകല തുടങ്ങിയ രംഗങ്ങളിൽ ലോകം അറിയുന്ന വ്യക്തികളെയാണ് ഉൾപ്പെടുത്തിയത്. ഒരു അദ്ധ്യാപകനാണ് അതിനു പിന്നിൽ. ഗംഭീരമായിരിക്കുന്നു."

കാഞ്ഞാവെളി എന്ന സ്ഥലത്തെത്തിയപ്പോൾ ബേബി വിശദീകരിച്ചു, പ്രാക്കുളത്തിന്റെ ഗേറ്റ് വേ ആണിത്. ഇവിടെ ഇടതുവശത്തെ കെട്ടിടത്തിലായിരുന്നു ആദ്യത്തെ പാർട്ടി ഓഫീസ്. പണ്ട് പ്രാക്കുളത്തേക്ക് ബസ് ഇല്ല. കാഞ്ഞാവെളി വരെയേ വരൂ. അന്ന് 10 പൈസയാണ് ഇവിടെനിന്ന് പ്രാക്കുളത്തേക്കുള്ള കെ.എസ്.ആർ.ടി.സി. ബസ്സിലെ ചാർജ്. ബസ് സർവ്വീസ് നിലനിറുത്തണമെങ്കിൽ യാത്രക്കാർ വേണമല്ലോ. അതിന് ഞങ്ങൾ കാഞ്ഞാവെളിയിൽ നിന്ന് 10 പൈസ ടിക്കറ്റെടുത്ത് പ്രാക്കുളത്തിറങ്ങി ഇങ്ങോട്ടു നടക്കും!

അതുകേട്ട അടൂർ പറഞ്ഞു: പണ്ട് അങ്ങനെയാണ്. ബസ്സിന്റെ കാര്യത്തിലും പോസ്റ്റോഫീസിന്റെ കാര്യത്തിലും. ഇത്ര എഴുത്തു വന്നില്ലെങ്കിൽ പോസ്റ്റോഫീസ് നിന്നുപോകും. അതുകൊണ്ട് നാട്ടുകാരായ

നാട്ടുകാരൊക്കെ കാർഡിൽ എഴുത്തു തുടങ്ങും. അങ്ങനെയാണ് 'അവിടേം സുഖം ഇവിടേം സുഖം' എന്ന എഴുത്തുണ്ടായത്. ഇതു വായിച്ച പോസ്റ്റുമാൻ, 'പിന്നെ തനിക്കാണോ അസുഖം' എന്നു ചോദിച്ച് കാർഡ് കീറി തോട്ടിലെറിഞ്ഞു എന്നാണ് കഥ.

ബേബി പ്രാക്കുളം കഥകൾ തുടർന്നു:

വിദേശത്തു പോയി മെഡൽ നേടിയ ആദ്യകാല ഇന്ത്യൻ അത്‌ലറ്റായിരുന്നു പ്രാക്കുളം രഘുനാഥൻ. കാര്യമായ പരിശീലനമൊന്നും കിട്ടിയിരുന്നില്ല. പട്ടികജാതിക്കാരനെന്ന അവഗണന പുറമേ. പിന്നീട് അദ്ദേഹത്തിന് റെയിൽവേയിൽ ജോലി കിട്ടി.

കഴിഞ്ഞ എൽ.ഡി.എഫ് സർക്കാരിന്റെ കാലത്ത് രഘുനാഥനെ കരിക്കുലം കമ്മിററിയിൽ ഉൾപ്പെടുത്തിയിരുന്നു. അദ്ദേഹത്തിന് വീടുവയ്ക്കാൻ അഞ്ചുലക്ഷം രൂപ അനുവദിക്കുകയും ചെയ്തു.

പ്രശസ്ത ക്രിക്കറ്റ് താരം കൃഷ്ണമാചാരി ശ്രീകാന്താണ് തുക കൈമാറിയത്.

പ്രാക്കുളത്തെ പഞ്ചായത്ത് എൽ.പി. സ്കൂൾ അങ്കണത്തിൽ അത്‌ലറ്റ് രഘുനാഥന്റെയും രാജേന്ദ്രന്റെയും നേതൃത്വത്തിൽ സുഹൃത്തുക്കളും അദ്ധ്യാപകരും കുട്ടികളും ബേബിയെ കാത്തുനില്പുണ്ടായിരുന്നു. ബേബി ആദ്യമായി സ്കൂളിൽ ചേർന്നത് ഇവിടെയാണ്. ജ്യേഷ്ഠൻ ബാബുവാണ് ചേർക്കാൻ രക്ഷിതാവായി വന്നത്. നേരെ മൂന്നാം ക്ലാസിലായിരുന്നു അഡ്മിഷൻ. ഒന്നിലും രണ്ടിലും പഠിച്ചിട്ടില്ല. അക്കാലത്ത് കൊച്ചുകുട്ടികളെ വീട്ടിലിരുത്തി ഒന്നും രണ്ടുമൊക്കെ പഠിപ്പിക്കുന്ന പതിവുണ്ടായിരുന്നു.

ഇവിടെ പണ്ട് ഏറുപന്തുകളി എന്നൊരു വിനോദമുണ്ടായിരുന്നു. ഓല മെടഞ്ഞ പന്തുകൊണ്ടുള്ള എറിഞ്ഞുകളിയാണ്. ഒരിക്കൽ എന്റെ ഏറുകൊണ്ട് കൂട്ടുകാരൻ ദയാനന്ദന്റെ മുഖം വീങ്ങി. വീട്ടിൽ ചെന്നപ്പോൾ കിട്ടി പൊതിരെ അടി– ബേബിയുടെ കഥ രസത്തോടെ എല്ലാവരും കേട്ടുനിന്നു.

ഇതാണ് പ്രാക്കുളം ഫ്രണ്ട്സ് ക്ലബ് – വാഹനം നിറുത്താൻ കൈകാണിച്ച് ബേബി പറഞ്ഞു. എന്റെ വായനയ്ക്ക് അടിസ്ഥാനമിട്ടത് ഇവിടെയാണ്. കുറ്റിപ്പുഴയുടെ വിചാരവിപ്ളവം ഇവിടെനിന്നെടുത്താണ് വായിച്ചത്. കാരംസും ഫുട്ബാളുമൊക്കെ പഠിച്ചത് ക്ളബിൽ നിന്നാണ്.

"ഇതാണ് അപ്പച്ചൻ (മരിയൻ അലക്സാണ്ടർ). ഭിത്തിയിൽ തൂക്കിയ ചിത്രം ചൂണ്ടി ബേബി അടൂരിനോടു പറഞ്ഞു. എനിക്ക് ഒരു വയസ്സുള്ളപ്പോഴാണ് ഈ വായനശാല തുടങ്ങുന്നത്."

വായനശാലയിൽ നിന്നിറങ്ങിയ ബേബി, റോഡിന്റെ ഒരു വളവു ചൂണ്ടി പറഞ്ഞു, ദാ അവിടെ കർമ്മലിമാന എന്നൊരു കുടുംബം

താമസിച്ചിരുന്നു. അവരുടെ ചായക്കടയിൽ ഞായറാഴ്ച ഒരു പ്രത്യേക പലഹാരം ഉണ്ടാക്കിയിരുന്നു. അരിമാവും ഏത്തപ്പഴം അരിഞ്ഞതും ഏലക്കായും ശർക്കരയും കുഴച്ച് ചിരട്ടയിൽ വച്ച് പുഴുങ്ങിയാണ് അതുണ്ടാക്കുന്നത്. എന്തൊരു രുചിയായിരുന്നു. ഞായറാഴ്ച അമ്മയുടെകൂടെ പള്ളിയിൽ പോകുന്നതുതന്നെ ഈ പലഹാരത്തിന്റെ കൊതികൊണ്ടാണ്!

ജനിച്ചുവളർന്ന കുടുംബവീട്ടിലേക്ക് വാഹനം നീങ്ങുകയാണ്. ഈ പ്രദേശത്തിന്റെ ഇരുഭാഗവും അഷ്ടമുടിക്കായലാണെന്ന് ബേബി പറഞ്ഞപ്പോൾ തെങ്ങുകൾക്കിടയിലൂടെ കായൽ ദൃശ്യമായി. റോഡരികിൽ ഒരു പഴയ കട കടന്നുപോയി. ബേബിയുടെ അമ്മാവന്റെ പേരിലുള്ള പലചരക്കുകടയായിരുന്നു.

മതിലും ഗേറ്റുമുള്ള പുതുക്കിപ്പണിത വീടിനു മുന്നിൽ ഇറങ്ങുമ്പോൾ മുറ്റത്തെ മാവിൽ കൈചൂണ്ടി ബേബി: തേൻ പോലുള്ള മാങ്ങയായിരുന്നു.

“മൊത്തത്തിലൊരു എക്സൈറ്റ്മെന്റ് ഉണ്ടല്ലോ.” അടൂർ പ്രോത്സാഹിപ്പിച്ചു.

അമ്മാവൻമാരാണ് ഇവിടെ ഇപ്പോൾ താമസിക്കുന്നത്. കുട്ടിക്കാലത്ത് മിഠായിയുമായി വരുന്ന അമ്മയുടെ അപ്പൻ (കുന്നത്തെ പപ്പ) മധുരിക്കുന്ന ഓർമ്മയാണ്. അദ്ദേഹം മടിയിലിരുത്തി സംസ്കൃതശ്ലോകം പഠിപ്പിച്ചത് ബേബി ഉരുവിട്ടു.

അമ്മാവൻ സ്ഥലത്തുണ്ടായിരുന്നില്ല. ബേബിയും അടൂരും തിരിച്ചിറങ്ങി.

വളവിൽ ഒരു വീട് കടന്നുപോയി. ഇത് ലക്ഷ്മീഭവൻ. ഈ വീട്ടിൽ റേഡിയോ ഉണ്ടായിരുന്നു. ശനിയാഴ്ചകളിൽ റേഡിയോയിൽ സംഗീതക്കച്ചേരിയുണ്ട്. അതു കേൾക്കാൻ അപ്പച്ചൻ ഇവിടെ വരുമായിരുന്നു.

“സത്യത്തിൽ ആകാശവാണി മൂലമാണ് ഭാരതീയ ശാസ്ത്രീയസംഗീതം നിലനിന്നത്.” അടൂർ പറഞ്ഞു.

ആകാശവാണിയിൽ ശാസ്ത്രീയസംഗീതവിഭാഗങ്ങൾക്ക് നീക്കിവയ്ക്കുന്ന സമയത്തെപ്പറ്റി മുമ്പ് പാർലമെന്റിൽ ചോദ്യം ഉന്നയിച്ച കാര്യം ബേബി ഓർമ്മിച്ചു.

ഉയർന്നുനിൽക്കുന്ന സാമ്പ്രാണിക്കുടി മുനമ്പിലെ ചാച്ചാജി പാർക്കിൽ നിൽക്കുമ്പോൾ അഷ്ടമുടിക്കായൽ തെളിഞ്ഞുകാണാമായിരുന്നു. കായൽമദ്ധ്യേ ഒരു ഭാഗത്ത് കരകാണുന്നത് കാലാവസ്ഥാവ്യതിയാനത്തിന്റെ ഭാഗമാണെന്ന് ബേബി ഓർമ്മിച്ചു. പാർക്കിലെ ബോർഡിന്റെ കാലിൽ ഒരാടിനെ കെട്ടിയിരുന്നു. അതിനെ ഏറെനേരം തലോടിയ ബേബിയെ നോക്കി അടൂർ പറഞ്ഞു: ചാച്ചാജി പാർക്ക് ആടിന്റെ പാർക്കായിരിക്കുന്നു. നമ്മൾ വന്നത് ഇഷ്ടമായില്ലെന്നു തോന്നുന്നു.

“വെറും ആടല്ല. പാത്തുമ്മയുടെ ആടാണ്.”

ബേബി കോളേജ് വിദ്യാർത്ഥിയായി രുന്നപ്പോൾ ഇവിടെനിന്നാണ് ബോട്ടിൽ കൊല്ലത്തിനു പോയിരുന്നത്. അടൂർ മറ്റൊരു ഓർമ്മ പങ്കിട്ടു. വിദേശസുഹൃ ത്തുക്കളോടൊപ്പം കായലിലൂടെ പോയ കഥ. അന്ന് രവിയും (ജനറൽ പിക്ചേ ഴ്സ്) ഒപ്പമുണ്ടായിരുന്നു. യാത്രയ്ക്കിടെ ബോട്ട് മണലിൽ ഇടിച്ചുനിന്നു. അന്ന് ബോട്ടിലിരുന്ന് മീൻകറി കൂട്ടി ഊണുക ഴിച്ചതിന്റെ രുചി പോയിട്ടില്ല...

കായലിന്റെ മറുകരയ്ക്ക് കൈചൂണ്ടിയ ബേബി പറഞ്ഞു, ആ ഭാഗത്തുനിന്ന് ഞാ നും സീതാറാം യച്ചൂരിയും കൂടി പണ്ട് കരിമീനും ഞണ്ടും പിടിച്ചിട്ടുണ്ട്. അവിടെ മുട്ടുവരെ പൊക്കത്തിലേ വെള്ളമുള്ളൂ. പൊങ്ങിനിൽക്കുന്ന മീനിനെയും ഞണ്ടി നെയും കൂർത്ത കമ്പികൊണ്ട് കുത്തി പ്പിടിക്കാം. സീതാറാമിന് വലിയ അദ്ഭുത മായിരുന്നു. 1980ൽ പുനലൂരിൽ ചേർന്ന എസ്.എഫ്.ഐയുടെ സംസ്ഥാന സമ്മേളന കാലത്താണ് യച്ചൂരി ഇവിടെ വന്നത്. അന്ന് യച്ചൂരി അഖിലേന്ത്യാ ജോയിന്റ് സെക്രട്ടറിയാണ്. ആ സമ്മേ ളനത്തിലാണ് ബെറ്റി എസ്.എഫ്.ഐ സംസ്ഥാനകമ്മിറ്റി അംഗമാകുന്നത്.

കായലിന്റെ മറുകര ചൂണ്ടി ബേബി പറഞ്ഞു: അത് ചവറയാണ്. ഒ.എൻ.വി. സാറിന്റെ വീട് അവിടെയാണ്. ദാ ഇവി ടെയാണ് ശക്തികുളങ്ങര. അപ്പുറം നീണ്ട കരയാണ്. നീണ്ടകരപ്പാലം തെങ്ങു കൾക്ക് മറഞ്ഞിരിക്കുകയാണ്. കൊല്ലം ട്രാൻസ്പോർട്ട് ബസ്സ്റ്റാൻഡിൽ നിന്നാൽ കാണുന്ന കായൽ ഇതുതന്നെ.

തുരുത്തിലെ മമ്മയോടൊപ്പം ബോട്ട് കയറിയാണ് കൊല്ലത്ത് സിനിമയ്ക്ക് പോയിരുന്നതെന്നും ബേബി ഓർമ്മിച്ചു.

കായൽ ദർശനമായി തെങ്ങുകൾക്കിടയിലായിരുന്നു പഴയ പള്ളി. ഒരു വിവാഹ നിശ്ചയത്തിന്റെ തിരക്കുണ്ടായിരുന്നു. ആൾക്കൂട്ടത്തിനിടയിലൂടെ അടൂരും ബേബിയും നീങ്ങി. പള്ളിയുടെ പിൻഭാഗത്ത് വലത്തായി ചെറിയൊരു സെമിത്തേരി. ഇവിടെ ബേബിയുടെ അപ്പച്ചനും അമ്മയുടെ വീട്ടുകാരും അന്ത്യനിദ്ര കൊള്ളുന്നു. നിരീശ്വരവാദിയായ അപ്പച്ചൻ ഒരിക്കലും പള്ളിയിൽ പോയിരുന്നില്ല. അമ്മ ലില്ലിയുടെ അന്ത്യനിദ്ര കാവനാട് പള്ളിയിലാണ്.

കായൽത്തീരത്തു നിന്നപ്പോൾ മഴക്കോളുണ്ടായിരുന്നു. ചീനവല അങ്ങിങ്ങ് കാണായി. മനോഹരമാണ് കായൽത്തീരമെന്ന് അടൂർ പറഞ്ഞപ്പോൾ ബേബി രുചിയെപ്പറ്റി ഓർമ്മിച്ചു: ഇവിടത്തെ കരിമീനിന് പ്രത്യേക രുചിയായിരുന്നു, അമ്മ കറിവയ്ക്കുമ്പോൾ. ഹോട്ടലിലെ കരിമീനൊന്നും നാലയലത്ത് വരില്ല.

തെങ്ങിൽ കെട്ടിയിട്ടിരുന്ന വള്ളത്തിലേക്ക് അടൂരും ബേബിയും കയറിയിരുന്നു. താൻ വള്ളത്തിൽ ഏറെ യാത്ര ചെയ്തിട്ടുണ്ടെന്ന് അടൂർ പറഞ്ഞപ്പോൾ താൻ ഏറെ തുഴഞ്ഞിട്ടുണ്ടെന്ന് ബേബിയും ഓർത്തു. കോളേജുകാലത്ത് മിക്കപ്പോഴും വള്ളക്കാരന് സഹായി വേണമായിരുന്നു. അപ്പോൾ തണ്ടു പിടിച്ചു.

പന്ത്രണ്ടുവയസ്സുള്ളപ്പോൾ ഈ കായലിലൂടെ തനിച്ച് യാത്ര ചെയ്തിട്ടുണ്ട് അടൂർ. കല്ലട പട്ടുകടവിൽ നിന്ന് കൊല്ലത്തേക്കുള്ള യാത്രയായിരുന്നു. 60 കൊല്ലംമുമ്പ് അടൂരിൽ നിന്ന് കൊല്ലത്തു പോകാൻ അതായിരുന്നു മാർഗ്ഗം. കൊല്ലത്തു ചെന്നശേഷം ബസ്സിൽ ചാത്തന്നൂർ വരെ പോകേണ്ടിയിരുന്നു. കുട്ടിയായ ഞാൻ തനിച്ചുപോകുന്നതിനാൽ

സഹയാത്രികർ പലരും വിവരം തിരക്കിക്കൊണ്ടിരുന്നു. രസകരമായ ഒരു സംഭവം ഓർമ്മവരുന്നു.

എന്റെ അമ്മാവൻ അഡ്വ. മാധവൻ ഉണ്ണിത്താൻ ആദ്യത്തെ പൊതു തിരഞ്ഞെടുപ്പിൽ മത്സരിച്ചിരുന്നു. അദ്ദേഹം കോൺഗ്രസ് സ്ഥാനാർത്ഥി യായിരുന്നു. എതിരാളി പി.എസ്.പിക്കാരൻ കണ്ണമത്ത് ഗോപാലൻ നായർ. അദ്ദേഹം ബോട്ടുയാത്രയിൽ ഒപ്പമുണ്ടായിരുന്നു. സ്വയം പരിചയ പ്പെട്ട അദ്ദേഹം എന്നെ വീട്ടിലേക്ക് ക്ഷണിച്ചു, ഊണുകഴിച്ചിട്ട് പോയാൽ മതിയെന്നു പറഞ്ഞു. എനിക്കു തോന്നി എന്റെ അമ്മാവന്റെ എതിരാളി യല്ലേ, അയാളുടെ വീട്ടിൽ പോകുന്നത് ശരിയല്ല!

വള്ളത്തിലുള്ള എന്റെ ആദ്യയാത്രകൾ മരണവുമായി ബന്ധപ്പെട്ടാ യിരുന്നു. അച്ഛന്റെ ഒരു സഹോദരിയുടെ മരണമായിരുന്നു ആദ്യത്തേത്. ഞാനന്ന് തീരെ ചെറിയ കുട്ടിയാണ്. അർദ്ധരാത്രിയിൽ ആളുവന്നാണ് വിവരം പറയുന്നത്. അന്നേരംതന്നെ ഞങ്ങൾ വീട്ടിൽ നിന്നിറങ്ങി. ഒരു വള്ളത്തിലാണ് തുടർന്നുള്ള യാത്ര. അന്നു വീയപുരത്തായിരുന്നു താമസം. കുട്ടനാട്ടിലൂടെയായിരുന്നു ആ യാത്ര. രണ്ടാമത്തെ വള്ളയാത്ര പ്രാക്കുളം വഴിതന്നെയാണ്. ചവറയിൽ അഴകത്തു വീട്ടിലെ ബന്ധു ക്കളിൽ ആരോ മരിച്ചപ്പോഴായിരുന്നു അത്. അമ്മാവൻ വിവാഹം കഴിച്ചത് അഴകത്തുനിന്നായിരുന്നു. അതും രാത്രിയിലായിരുന്നു. ഞാനും അമ്മ യുമടക്കം വള്ളം നിറയെ ആളുണ്ടായിരുന്നു.

കല്യാണം കഴിക്കുമ്പോൾ എനിക്ക് തൊഴിലില്ല. പൂനയിൽനിന്നു വന്ന ശേഷം ഏഴുവർഷം കഴിഞ്ഞാണ് ആദ്യചിത്രം. സ്വയംവരത്തിന്റെ അവസാനപണി നടക്കുമ്പോൾ തിരുവനന്തപുരത്തു വച്ചായിരുന്നു വിവാഹം.

പള്ളിയിലേക്കുള്ള യാത്രയിൽ അമ്മ തന്ന ഉപദേശങ്ങൾ വല്ലതുമുണ്ടോ എന്ന് എബ്രഹാംമാത്യു ചോദിച്ചപ്പോൾ പ്രത്യേകിച്ച് ഒന്നുമില്ല എന്ന് ബേബി പറഞ്ഞു. എന്നാൽ ഓർമ്മയിലുള്ള ഒരു ഉപദേശമുണ്ട്.

"ദാരിദ്ര്യമെന്തെന്നറിഞ്ഞവർക്കേ

പാരിൽ പരക്ളേശവിവേകമുള്ളൂ"

ഈ ഉപദേശം പാർട്ടിപ്രവർത്തനത്തിൽ ഉപയോഗപ്പെട്ടു.

മകൻ വിശ്വാസത്തിൽ നിന്ന് മാറിപ്പോയത് അമ്മയെ വേദനിപ്പിച്ചോ എന്നാരാഞ്ഞപ്പോൾ അമ്മയെ വിശ്വാസത്തിൽ നിന്ന് മാറ്റിയെടുക്കുവാൻ കഠിനപ്രയത്നം നടത്തിയെന്ന് ബേബി പറഞ്ഞു. മാറ്റിയെടുക്കാമെന്നത് എന്റെ അബദ്ധവിശ്വാസമാണെന്ന് എനിക്കു മനസ്സിലായി. അമ്മയുടെ രക്തത്തിൽ അലിഞ്ഞതാണ് വിശ്വാസം. അത് തർക്കിച്ച് മാററാനാകില്ല. വാദപ്രതിവാദത്തിലൂടെ വിശ്വാസം മാറ്റിയെടുക്കാമെന്നാണ് യുക്തിവാദികൾ കരുതിയിരിക്കുന്നത്.

എം.സി. ജോസഫിന്റെ യുക്തിപ്രകാശം, കുറ്റിപ്പുഴയുടെ വിചാരവിപ്ളവം തുടങ്ങിയവ എന്നിൽ യുക്തിബോധം വളർത്തിയ കാലമുണ്ട്.

എന്നാൽ യുക്തിവാദിസമ്മേളനത്തിനു പോകാനായി എനിക്ക് അയൽവീട്ടിൽ നിന്ന് അമ്മ പൈസ കടംവാങ്ങിത്തന്നിട്ടുമുണ്ട്.

ജനാധിപത്യബോധത്തെപ്പറ്റി എനിക്കു നൽകിയ ഏറ്റവും വലിയ പാഠം ഇതായിരുന്നു. നിനക്കൊരു വിശ്വാസം ആകാം. എന്നാൽ മറ്റൊരാളുടെ വിശ്വാസത്തെ സംരക്ഷിക്കാനും ആദരിക്കാനും ബാദ്ധ്യതയുണ്ട്.

ബഹുഭൂരിപക്ഷത്തിനും ദൈവം വലിയൊരു ആശ്രയമാണെന്ന് അടൂർ പറഞ്ഞപ്പോൾ ബേബി മാർക്സിനെ ഉദ്ധരിച്ചു. മതം മനുഷ്യനെ മയക്കുന്ന കറുപ്പാണെന്നു കേൾക്കുമ്പോൾ മതം അന്ധകാരമാണെന്നുതോന്നാം. എന്നാൽ വേദനസംഹാരിയാണ് കറുപ്പ്. ആ അർത്ഥത്തിൽ മതം ആശ്വാസം നൽകുന്നുണ്ടെന്ന് മാർക്സ് കാവ്യാത്മകമായി പറഞ്ഞിട്ടുണ്ട്. ക്രിസ്ത്യാനിറ്റിയുടെ വിമോചക ആശയങ്ങൾ കമ്മ്യൂണിസത്തെ സ്വാധീനിച്ചിട്ടുണ്ടെന്ന് ഏംഗൽസ് പറയുന്നുണ്ട്. ക്രിസ്തുമതം സ്വീകരിച്ചവരെയെല്ലാം അന്ന് ഭരണാധികാരികൾ വേട്ടയാടിയിട്ടുണ്ട്. ആദ്യത്തെ കമ്മ്യൂണിസ്റ്റ് പ്രസ്ഥാനത്തിന്റെ പ്രവർത്തകരെയും ഭരണകൂടം ആ രീതിയിൽ നേരിട്ടു. മരണാനന്തരം വലിയൊരു സ്വർഗ്ഗലോകം ക്രിസ്തുമതം വാഗ്ദാനം ചെയ്യുമ്പോൾ കമ്മ്യൂണിസ്റ്റുകാർ ഇഹലോകത്തിൽ തന്നെ അത്തരമൊരു സ്വർഗ്ഗത്തിനായി ശ്രമിക്കുന്നു. ഇങ്ങനെയാണ് ക്രിസ്തുമതത്തെയും കമ്മ്യൂണിസത്തെയും പറ്റി ഏംഗൽസ് പറഞ്ഞത്.

കമ്മ്യൂണിസ്റ്റ് പ്രസ്ഥാനത്തിന്റെ സ്വാധീനം എന്റെ ജീവിതത്തിലും ഉണ്ടായിട്ടുണ്ടെന്ന് അടൂർ പറഞ്ഞു. എന്നാൽ ഞാനൊരിക്കലും പ്രവർത്തകനോ സഹയാത്രികനോ അല്ല. പക്ഷേ സമത്വത്തിലും സാഹോദര്യത്തിലും തുല്യ അവസരകാര്യങ്ങളിലും ഞാൻ വിശ്വസിക്കുന്നു.

അടൂർ സാർ തീരെ ചെറുപ്പക്കാരനായിരിക്കുമ്പോഴാണ് ഞങ്ങൾ കൊല്ലം എസ്. എൻ. കോളേജിലേക്ക് വിളിക്കുന്നത്. അന്ന് ഞാൻ ആർട്സ് ക്ലബ് സെക്രട്ടറി. എസ്. എഫ്. ഐയുടെ യൂണിറ്റ്സെക്രട്ടറിയാണ് ഞാൻ. സാധാരണയായി യൂണിറ്റ് സെക്രട്ടറിമാരാണ് കോളേജ് യൂണിയൻ ചെയർമാനായി മത്സരിക്കാറുള്ളത്.

എം. എ. വിദ്യാർത്ഥിയായിരുന്ന റസലുദ്ദീനാണ് ചെയർമാനായി മത്സരിച്ചത്. സത്യത്തിൽ അദ്ദേഹത്തിന് മത്സരിക്കാൻ താത്പര്യമില്ലായിരുന്നു. കാരണം വർക്കല എസ്.എൻ. കോളേജിൽ പഠിച്ചുകൊണ്ടിരിക്കെ അടിയും വഴക്കുമുണ്ടായി പുറത്തായതാണ്. പഠനത്തിൽ ശ്രദ്ധ കേന്ദ്രീകരിക്കാനായി കൊല്ലം എസ്. എന്നിൽ ചേർന്നതാണ്. അതുകൊണ്ട് ഇനി സംഘടനാപ്രവർത്തനത്തിനില്ലെന്ന് റസലുദ്ദീൻ തീർത്തുപറഞ്ഞു. എന്നാൽ കോളേജ് യൂണിയൻ എസ്.എഫ്.ഐയ്ക്ക് പിടിക്കണം. അതുകൊണ്ട് റസലുദ്ദീൻ മത്സരിക്കണം.

എന്റെ അഭ്യർത്ഥന അദ്ദേഹം സ്വീകരിച്ചു. പിൽക്കാലത്ത് ബുക്ക്മാർക്കിന്റെ മേധാവിയായി വന്ന ഗോകുലേന്ദ്രൻ അന്ന് യൂണിയൻ സെക്രട്ടറിയായി. ബി.എ. പൊളിറ്റിക്സിന് ഒന്നം റാങ്ക് കിട്ടിയ രമണൻ, എം.എ. മലയാളത്തിലെ പൊന്നപ്പൻ തുടങ്ങിയവരും മറ്റു ഭാരവാഹികളായി തിരഞ്ഞെടുക്കപ്പെട്ടു. അങ്ങനെ ചരിത്രത്തിൽ ആദ്യമായി കൊല്ലം എസ്.എൻ. കോളേജ് എസ്.എഫ്.ഐ. പിടിച്ചു.

ഇ. എം. എസിനെയാണ് കോളേജ് യൂണിയന്റെ ഉദ്ഘാടനത്തിനു ക്ഷണിച്ചത്. ആർട്സ് ക്ലബ് ഉദ്ഘാടനത്തിന് അടൂർ സാറിനെയും. ഇ.എം.എസിനെ ക്ഷണിച്ചതിന്റെ പേരിൽ കെ.എസ്.യുക്കാർ വലിയ സമരമൊക്കെ നടത്തി. പ്രിൻസിപ്പൽ ഡോ. ശ്രീനിവാസൻ സാറാണ് അവരെ അനുനയിപ്പിച്ചത്.

ഒന്നാംവർഷ പ്രീഡിഗ്രിക്കാലത്താണ് കൊല്ലത്തുവച്ച് ആദ്യമായി അറസ്റ്റിലാകുന്നത്. പ്രവേശനത്തിന് കോഴവാങ്ങുന്നതിനെതിരെ നടത്തിയ സമരത്തിലായിരുന്നു അറസ്റ്റ്. അറസ്ററു ചെയ്ത വിദ്യാർത്ഥികളെ വാനിലേക്ക് കയറ്റുമ്പോൾ എന്നെ മാറ്റിനിറുത്തി. പൊലീസ് കരുതി ഞാൻ സ്കൂൾ വിദ്യാർത്ഥിയാണെന്ന്. കോളേജ് വിദ്യാർത്ഥിയാണെന്ന് പറഞ്ഞ് സ്വയം വാനിലേക്ക് കയറി അറസ്റ്റു വരിക്കുകയായിരുന്നു. വീട്ടിൽ അമ്മയ്ക്ക് ഇതെല്ലാം വലിയ വിഷമമുണ്ടാക്കി.

പേരിന് ഇരുവശവും എം.എ. ഉണ്ടോയെന്ന് അടൂർ ചോദിച്ചപ്പോൾ ബേബി പറഞ്ഞു: എം.എ.യുമില്ല ബി.എ.യുമില്ല. പക്ഷേ ഞാൻ ഡോക്ടറേറ്റ് നേടിയെന്നും ജെ.എൻ.യുവിൽ പഠിച്ചു എന്നും പലരും കുപ്രചരണം നടത്തുന്നുണ്ട്. എന്നെ ഡോക്ടർ എന്ന് അഭിസംബോധന ചെയ്യുന്നവരുമുണ്ട്.

അടിയന്തരാവസ്ഥയ്ക്കെതിരെ തിരുവനന്തപുരത്ത് പ്രകടനം നടത്തി അറസ്റ്റിലായതോടെ ബി.എ. പഠനം മുടങ്ങി. അതിന്റെ പശ്ചാത്തലം ബേബി വിവരിച്ചു:

അന്ന് ഞാൻ എസ്.എഫ്.ഐയുടെ സംസ്ഥാന പ്രസിഡന്റാണ്. കോടിയേരി ബാലകൃഷ്ണനാണ് സെക്രട്ടറി. 1975 ജൂൺ 26, 27 തിയതികളിൽ സി.പി.എമ്മിന്റെ സംസ്ഥാന ക്യാമ്പ് കോഴിക്കോട്ട് സംഘടിപ്പിച്ചിരുന്നു. കൊല്ലത്തു നിന്നും അങ്ങോട്ടേയ്ക്ക് ബസ്സിൽ ഞാൻ

പുറപ്പെട്ടു. ഈ സമയം പൊലീസ് എന്റെ വീട് വളഞ്ഞിരുന്നു. ബസ് യാത്രയിലായിരുന്നതിനാൽ അത്ഭുതകരമായി രക്ഷപെട്ടു. അതേ സമയം കോടിയേരിയെ പൊലീസ് പിടികൂടിയിരുന്നു.

കോഴിക്കോട്ട് എ.വി.കുഞ്ഞമ്പുവിന്റെ അധ്യക്ഷതയിലാണ് ക്യാമ്പ്. ഉദ്ഘാടനം ചെയ്തുകൊണ്ട് ഇ.എം.എസ് പറഞ്ഞു: കേന്ദ്രഭരണാധികാരികൾ അതിവേഗം സ്വേച്ഛാധിപത്യത്തിലേയ്ക്ക് നീങ്ങുകയാണ്. അത് സ്ഥാപിച്ചുകൊണ്ട് അടിയന്തരാവസ്ഥ പ്രഖ്യാപിച്ചിരിക്കുന്നു. ആയതിനാൽ ഈ ക്യാമ്പ് തുടർന്ന് നടത്താനാവില്ല. സഖാക്കൾ ഒളിവിൽ പോകണം.

ആ ആഹ്വാനവുമായാണ് ഞങ്ങൾ ക്യാമ്പ് വിട്ടത്.

അടിയന്തരാവസ്ഥയ്ക്കെതിരെ ജൂലൈ ഒന്നിന് തിരുവനന്തപുരത്ത് സെക്രട്ടറിയേറ്റിന് മുന്നിൽ പ്രകടനം നടത്തണമെന്ന് എസ്.എഫ്.ഐ നേരത്തെ തീരുമാനിച്ചിരുന്നു. അത് രഹസ്യമായി നടപ്പാക്കാനായിരുന്നു പദ്ധതി. കാരണം ചാരപ്പൊലീസ് പിന്നാലെയുണ്ട്. യൂണിവേഴ്സിറ്റി കോളേജ് കാമ്പസിൽ രഹസ്യമായി ഒത്തുചേരുന്ന സഖാക്കൾ പൊടുന്നനെ പ്രകടനമായി പുറപ്പെടുക. ആ തന്ത്രം ഫലിച്ചു. പ്രകടനം സെക്രട്ടറിയേറ്റിന്റെ തെക്കേ ഗേറ്റിൽ എത്തുമ്പോൾ മാത്രമാണ് പൊലീസിന് തടയാനായത്. തുടർന്ന് അറസ്റ്റ് ചെയ്ത ഞങ്ങളെ കന്റോൺമെന്റ് സ്റ്റേഷനിൽ കൊണ്ടുപോയി.

അടിയന്തരാവസ്ഥയിലെ ആദ്യക്ഷരങ്ങൾ തന്നെ ഞങ്ങൾക്കും കിട്ടി. പൊരിഞ്ഞ അടി. ആദ്യത്തെ മൂന്നാല് അടി കിട്ടുമ്പോഴുള്ള വേദനയേ അറിയൂ. കന്റോൺമെന്റ് സ്റേറഷനിൽ നിന്ന് ആദ്യം അട്ടക്കുളങ്ങര ജയിലിലേക്കും അവിടെനിന്ന് പൂജപ്പുരയിലേക്കും മാറ്റി. രണ്ടുമാസം തടവിൽ കിടന്നു.

അന്ന് വർക്കല രാധാകൃഷ്ണനായിരുന്നു ഞങ്ങളുടെ വക്കീൽ. അദ്ദേഹം ജഡ്ജിയോട് പറഞ്ഞു, മഹാമിടുക്കരായ വിദ്യാർത്ഥികളാണ്. ഇങ്ങനെ തടവിലാക്കി ഭാവി നശിപ്പിക്കരുത്. എന്തായാലും ജഡ്ജിക്ക് കൃപ തോന്നി ഞങ്ങൾ മോചിതരായി.

അടിയന്തരാവസ്ഥയിലെ ജയിൽവാസത്തോടെ അക്കാദമിക് പഠനം അവസാനിച്ചു. ബി.എ. ഫൈനൽ എഴുതാനായില്ല. പിന്നീട് പഠിക്കാൻ പോയത് ജനങ്ങളുടെ അക്കാദമിയിലേക്കായിരുന്നു. അത് ഇപ്പോഴും തുടരുന്നു.

അനൗപചാരിക വിദ്യാഭ്യാസമാണ് ഏറ്റവും വലിയ വിദ്യാഭ്യാസമെന്ന് അടൂർ കൂട്ടിച്ചേർത്തു. ഉന്നതവിദ്യാഭ്യാസം പോലുള്ള അയോഗ്യതകൾ ഒന്നുമില്ലെന്ന് വി.കെ.എൻ. എഴുതിയതാണ് ഓർമ്മവരുന്നതെന്ന് ബേബി പറഞ്ഞപ്പോൾ കൂട്ടച്ചിരിയായി.

വി.കെ.എന്നിനെപ്പറ്റി മാധവൻകുട്ടി പറഞ്ഞൊരു കഥ അടൂർ വിവരിച്ചു. ഡൽഹിയിൽ എംബസികളിലെ പാർട്ടികൾക്ക് വി.കെ.എൻ. സ്ഥിരമായി പോകും. ഒരിക്കൽ ക്യൂബൻ അംബാസഡറുടെ തോളിൽ കൈവച്ച് എൻ.വി. കൃഷ്ണവാര്യരുടെ ആഫ്രിക്ക എന്ന കവിത ചൊല്ലാൻ തുടങ്ങി. അംബാസഡർക്ക് കുതറിമാറാൻ പറ്റില്ലല്ലോ. എല്ലാം കേട്ട് സഹിച്ചുനിന്നു!

വി.കെ.എൻ. കഥകൾ തുടർന്നു പൂരിപ്പിച്ച ബേബി, ബഷീറിന്റെ ഒരനുഭവം പറഞ്ഞു."അരിവയ്പുകാരനെ വേണമെന്നു പറഞ്ഞപ്പോൾ നൂലൻവാസുവും മറ്റുംകൂടി വി.കെ.എന്നിനെ കൊണ്ടുവന്നു. ഒടുവിൽ അവന് അരിവച്ചുകൊടുക്കേണ്ട ഗതികേടിലായി ഞാൻ."

മാനസികവിഭ്രാന്തിയുണ്ടായി ചികിത്സയിലായ ബഷീറിനെ നോക്കാൻ ഏല്പിച്ചത് വി.കെ.എന്നിനെ ആയിരുന്നു. ഒരുദിവസം കൂട്ടിരിപ്പുകാരനെ കാണാനില്ല. തിരിച്ചുവന്നപ്പോൾ വി.കെ.എന്നിനോട് ബഷീർ ചോദിച്ചു: ഇങ്ങനെ പോയാലെങ്ങനാ... എനിക്ക് പുറത്തോട്ട് ഇറങ്ങണമെന്നു തോന്നി ചാടിപ്പോയാലോ?

"അതിനല്ലേ ഞാൻ മുറ്റത്ത് മടലു വച്ചിരിക്കുന്നത്. ജപിച്ചുകെട്ടിയതാണ്!"

പ്രാക്കുളം എൻ.എസ്.എസ്. ഹൈസ്കൂളിനു മുന്നിലെത്തിയപ്പോൾ ബേബി പറഞ്ഞു: ഈ ഗ്രൗണ്ടിലാണ് ഫുട്ബാൾ കളിച്ചത്. അന്ന് മതിലില്ല. ബാൾ റോഡിലേക്ക് ഉരുണ്ടുപോകും. ചിലപ്പോൾ വണ്ടിക്കടിയിൽപ്പെട്ട് പൊട്ടിയിട്ടുമുണ്ട്.

സ്കൂളിന്റെ ഈ മൂലയ്ക്കുവച്ചാണ് കെ.എസ്.എഫിന്റെ ആദ്യയോഗം നടത്തിയത്. സി. ഭാസ്കരനും ജി. സുധാകരനുമാണ് അന്ന് കെ.എസ്. എഫിന്റെ നേതാക്കൾ. അവരെ ഇവിടെ പ്രസംഗത്തിനായി ഞാൻ കൊണ്ടുവന്നിട്ടുണ്ട്.

റോഡരികിലെ ഒരു തയ്യൽക്കടയിൽ സുഹൃത്തു രാജേന്ദ്രനുണ്ടോ എന്ന് ബേബി അന്വേഷിച്ചപ്പോൾ ആളില്ല. പഞ്ചായത്ത് സ്കൂളിൽ വച്ച് നേരത്തെ രാജേന്ദ്രനെ കണ്ടതാണ്. മടങ്ങും വഴി കടയിൽ വച്ച് വീണ്ടും കാണാമെന്ന് പറഞ്ഞിരുന്നു. വാഹനം നീങ്ങുമ്പോൾ ബേബി പറഞ്ഞു: മന്ത്രിയായിരിക്കുമ്പോൾ തന്നെ ഈ കടയിൽവന്ന് കൂട്ടുകാരനെ കണ്ടിട്ടുണ്ട്.

അപ്പോൾ അടൂർ സുഹൃത്ത് ജോസ് തെറ്റയിൽ പറഞ്ഞ കഥ ഓർമ്മിച്ചു: എവിടെ കല്യാണവും മരണവും ഉണ്ടോ അവിടെ മന്ത്രി ചെല്ലണം. ഇല്ലെങ്കിൽ മന്ത്രിയുടെ കാറെങ്കിലും അയയ്ക്കണം!

വർത്തമാനം മരണവീട്ടിലെ കരച്ചിലിലേക്ക് വന്നു. സിനിമയിൽ കാണിക്കുംപോലെ ഒരാൾ മരിച്ചാലുടൻ നിലവിളി ജീവിതത്തിൽ

ഉയരില്ലെന്ന് അടൂർ പറഞ്ഞു. ആ മരണം നമ്മെ സ്തംഭിപ്പിക്കും. അപ്പോൾ ശബ്ദം കൂടി വരില്ല. പിന്നീട് ഏകാന്തതയിലാണ് മരണത്തിന്റെ ഓർമ്മ വേട്ടയാടുക. അപ്പോഴാണ് കണ്ണുനനഞ്ഞുതുടങ്ങുന്നതും ഏങ്ങലിൽ അവസാനിക്കുന്നതും.

ചെറിയൊരു ഗ്രൗണ്ട് കടന്നുപോയപ്പോൾ ബേബി പറഞ്ഞു: ഇവിടെയും പന്തുകളിച്ചിട്ടുണ്ട്. കളി നിറുത്തിയില്ലായിരുന്നെങ്കിൽ നല്ല ഫുട്ബാളറായേനേ എന്ന് പലരും പറഞ്ഞിട്ടുണ്ട്.

അടൂർ : ഞാൻ സ്പോർട്സിനോട് വിടപറയാൻ ഒരു കാരണമുണ്ട്. അടൂർ സ്കൂളിലെ ഫുട്ബാൾ ടീം അംഗമായിരുന്നു ഞാൻ. ഒരിക്കൽ ഒരു മത്സരത്തിൽ തോറ്റുകഴിഞ്ഞപ്പോൾ എല്ലാവരുംകൂടി കുറ്റം എന്റെ തലയിൽവച്ച് ശകാരിക്കാൻ തുടങ്ങി. അന്നു കളി നിറുത്തിയതാണ്.

ബേബി : ഡൽഹിയിൽ പവിത്രൻ എന്നൊരു സുഹൃത്തുണ്ടായിരുന്നു. പവിത്രൻ ഗോൾ കീപ്പറായിരുന്നു. പവിത്രന്റെ കൈവഴുതി കുറെ പന്തുകൾ വലയിൽ വീണു. അതോടെ കുററപ്പെടുത്തലായി. സഹികെട്ട് പവിത്രൻ പറഞ്ഞു: എന്റെ കൈയിൽ നിന്ന് പന്തുവഴുതും മുമ്പ് നിങ്ങൾ പത്തു പേരുടെയും മുന്നിലൂടെയാണ് പതിനൊന്നാമനായ എന്റെ പക്കലെത്തിയത്. ഞാൻ വിട്ടതു മാത്രം കുററം. നിങ്ങളൊക്കെ വിട്ടതിന് കുഴപ്പമില്ല!

പവിത്രന്റെ ഫിലോസഫി ചിരിയുടെ ഗോളായി.

പെരുമൺ പാലത്തിൽ നിൽക്കുകയാണ് ബേബിയും പത്നി ബെറ്റിയും മകൻ അപ്പുവും. അടൂരിനെ നോക്കി ബേബി പറഞ്ഞു: പെരുമൺ

ബിയുടെ രണ്ടുസെന്റ്

മരിയൻ അലക്സാണ്ടർ-ലില്ലി ദമ്പതികളുടെ മക്കളിൽ എട്ടാമനാണ് എം.എ.ബേബി. ജോർജ്ജ്, ബാബു, ജോൺസൺ എന്നിവരാണ് മൂത്ത സഹോദരങ്ങൾ. നാലുപേർ നേരത്തെ മരിച്ചു. ബേബിയുടെ കുട്ടിക്കാലം ഓർമ്മിച്ചുകൊണ്ട് ജോർജ്ജ് പറഞ്ഞു: പ്രാക്കുളത്തെ വീടിനു തൊട്ടടുത്തുള്ള കോസലക്കാവ് ക്ഷേത്രത്തിൽ ഉത്സവത്തിന് കൊടിയേറിയാൽ ബേബിയടക്കം അനുജൻമാരെ പിന്നീട് കാണാൻ കിട്ടില്ല. പറയ്ക്കെഴുന്നുള്ളത്തുമായി അവർ രാവിലെ ഇറങ്ങും. വൈകിട്ട് മടങ്ങിവന്നാൽ തന്നെ രാത്രി പിന്നേയും ക്ഷേത്രമുറ്റത്ത് കറക്കമാകും.

കൊല്ലത്തെ കാവനാട്ടുള്ള വീട്ടിലിരുന്നാണ് ജോർജ്ജ് ഇക്കഥ അടൂരിനോട് പറഞ്ഞത്. ഉത്സവത്തിന് കൊടിയേറി കഴിയുമ്പോൾ അമ്മ പറയുമായിരുന്നു ഓ ഇനി ബേബിയെ നോക്കേണ്ട! അങ്ങനെ ഒരുപാട്

തീവണ്ടി അപകടം നടക്കുമ്പോൾ അപ്പുവിന് നാലുവയസ്സേയുള്ളൂ. ബറ്റിയും മോനും തൃശ്ശൂരിൽ നിന്നും കൊല്ലത്തേക്കു വരികയായിരുന്നു. കായലിൽ വീണ് വെള്ളംകുടിച്ചതിനെപ്പറ്റി കഞ്ഞിവെള്ളം കുടിച്ചു എന്നാണ് അവൻ പറഞ്ഞിരുന്നത്.

ബെറ്റി : ഒരു ബോഗിയുടെ മുകളിലേക്കാണ് ഞങ്ങളുടെ ബോഗി കുത്തനെ വീണത്. അതുകൊണ്ട് മുക്കാൽഭാഗമേ വെള്ളം നിറഞ്ഞുള്ളൂ. അടിയിൽ വീണ ബോഗിയിലാണ് ഞങ്ങൾ ആദ്യം കയറിയത്. അതിലുണ്ടായിരുന്നവരാരും രക്ഷപെട്ടില്ല.

അതിൽ കയറാൻ എം.പിമാർക്കുള്ള സ്പൗസ് പാസ് ഉണ്ടായിരുന്നു. ബേബി അന്ന് എം.പിയാണല്ലോ. എം.പി. പാസ് ഉണ്ടെങ്കിലും ഓർഡിനറിയിൽ വന്നാൽ മതിയെന്ന് ബേബി പറഞ്ഞിരുന്നു. അതുകൊണ്ടാണ് രക്ഷപ്പെട്ടത്.

അടൂർ : അതാണ് ഫേറ്റ് എന്നു പറയുന്നത്.

ബറ്റി : അപ്പോൾ സമയം പന്ത്രണ്ടേമുക്കാൽ കഴിഞ്ഞിരുന്നു. 1.10നാണ് കൊല്ലത്ത് തീവണ്ടി എത്തേണ്ടിയിരുന്നത്. മോന് ഉറക്കം വരുന്നുണ്ടായിരുന്നു. മുകളിലെ ബർത്തിൽ കിടത്തിയാലോ എന്നു വിചാരിച്ചു. അപ്പോൾ തോന്നി ആരെങ്കിലും എടുത്തുകൊണ്ടുപോയാലോ? അങ്ങനെ മടിയിൽ കിടത്തി. മോൻ ഒന്നുറങ്ങിയപ്പോൾ ഞാൻ ബാഗിൽ നിന്ന് കലാകൗമുദി എടുത്തുവായിച്ചുകൊണ്ടിരുന്നു.

പെട്ടെന്ന് കാതടപ്പിക്കുന്ന ശബ്ദം. ഒന്നമ്പരന്നു. ഏതോ മതിലിൽ വണ്ടിയിടിച്ചപോലെ. പിന്നീട് ജനലിലൂടെ ബോഗിയിൽ വെള്ളം ഇരച്ചു കയറുന്നതാണ് കാണുന്നത്. മോനെ തോളിലേറ്റി ഞാൻ ബർത്തിൽ പിടിച്ചുനിന്നു. വെള്ളം ഉയരുകയാണ് ചരിഞ്ഞുകിടക്കുന്ന ബോഗിയുടെ

കഥകൾ അനിയനെപ്പറ്റി പറയാനുണ്ടെന്ന് ജോർജ്ജ് ഓർമ്മിച്ചു. തങ്കച്ചൻ ചേട്ടനെന്നാണ് ജോർജ്ജിനെ ബേബി, വിളിക്കുന്നത്. മറ്റു സഹോദരങ്ങളായ ബാബു കൊല്ലത്തും ജോൺസൺ കോഴിക്കോടും താമസിക്കുന്നു.

മരിയൻ അലക്സാണ്ടറുടെ പിതാവ് മരിയൻ പീറ്റർ വലിയ കോൺട്രാക്റ്ററായിരുന്നു. പേച്ചിപ്പാറ ഡാമിന്റെ നിർമ്മാണക്കരാർ അദ്ദേഹത്തിനായിരുന്നു. ഡാമിന്റെ ഫലകത്തിൽ പേര് രേഖപ്പെടുത്തിയിട്ടുണ്ട്. ബേബിയുടെ പിതാവിന് സ്വത്തിനോട് ലേശവും ഭ്രമമില്ലായിരുന്നു. കുടുംബസ്വത്ത് വേണ്ടെന്ന് പത്രത്തിൽ എഴുതിക്കൊടുത്ത വാശിക്കാരനുമായിരുന്നു. ഒടുവിൽ ബേബിക്കും സഹോദരൻമാർക്കും വീതം വയ്ക്കാനുണ്ടായിരുന്നത് അമ്മയുടെ ഒരു ചെറുതുണ്ട് ഭൂമി. അത് വീതം വച്ചപ്പോൾ ബേബിക്ക് അവകാശപ്പെട്ടത് രണ്ട് സെന്റ്. ആ ഭൂമി അമ്മയെ നോക്കിയ മൂത്തചേട്ടന് ബേബി എഴുതിക്കൊടുത്തു.

രക്ഷാപ്രവർത്തനത്തിനു പോയപ്പോൾ കുട്ടിയെ മറ്റൊരു സ്ത്രീക്ക് കൈമാറി. അങ്ങനെയാണ് മോൻ ആ വീട്ടിലെത്തിയത്.

കെ.എസ്.എഫ്.ഇ. മാനേജരായിരുന്ന തോമസ് കൂനമ്മാവ് സ്വദേശിയാണ്. ഇടയ്ക്കിടെ ഞങ്ങൾ വിളിക്കാറുണ്ട്. അദ്ദേഹത്തിന്റെ മകന്റെ വിവാഹം അടുത്തിടെയായിരുന്നു.

ആ ബോഗിയിൽ സഞ്ചരിച്ച മറ്റു ചിലരെയും ഇടയ്ക്ക് കാണാറുണ്ട്. അപ്പുവിന്റെ പിറന്നാളിന് അവരെ വിളിക്കാറുമുണ്ട്.

പെരുമൺ റെയിൽപ്പാലത്തിന്റെ വശത്തുള്ള ഫുട്പാത്തിൽ നിന്നാണ് ബെറ്റി ഓർമ്മകൾ പങ്കുവച്ചത്.

ബെറ്റി പറഞ്ഞു നിർത്തിയപ്പോൾ എല്ലാവരും പെട്ടെന്ന് നിശ്ശബ്ദരായി. താഴെ നൂറിലേറെപ്പേരുടെ മരണത്തിന്റെ സ്മാരകം...

കായലിലേയ്ക്ക് ഒന്നുകൂടി നോക്കി. അത് ശാന്തമായിരുന്നു, ഒന്നുമറിയാത്തപോലെ!

■